क्षमेची जादू

क्षमेचं सामर्थ्य जाणा, सर्व दुःखांपासून मुक्त व्हा

बेस्टसेलर पुस्तक 'विचार नियम'चे रचनाकार सरश्री यांची अन्य श्रेष्ठ पुस्तकं

आध्यात्मिक विकास साधण्यासाठी या पुस्तकांचा लाभ घ्यावा

- जीवनाची दोन टोकं - ध्यान आणि धन
- रामायण वनवास रहस्य
- संत ज्ञानेश्वर – समाधी रहस्य आणि जीवन चरित्र
- अंतर्मनाच्या शक्तीपलीकडील आत्मबळ
- मृत्यू उपरांत जीवन – मृत्यू मोका की धोका
- क्षमेची जादू – क्षमेचं सामर्थ्य जाणा, सर्व दुःखांपासून मुक्त व्हा
- प्रेम नियम – प्लॅस्टिक प्रेमातून मुक्ती
- आध्यात्मिक उपनिषद – सत्याच्या साक्षीने जन्मलेल्या 24 कथा
- विज्ञान मनाचे – मनाचे बुद्ध कसे बनाल

स्वविकासासाठी या पुस्तकांचा लाभ घ्यावा

- विचार नियम – आपल्या यशाचे रहस्य
- विकास नियम – आत्मसंतुष्टीचं रहस्य
- परिवारासाठी विचार नियम – हॅपी फॅमिलीचे सात सूत्र
- इमोशन्स वर विजय – दुःखद भावना व्यक्त करण्याची कला
- स्वसंवाद एक जादू – आपला रिमोट कंट्रोल कसा प्राप्त करावा
- साहसी जीवन कसं जगाल – अशक्य कार्य शक्य कसं कराल
- समग्र लोकव्यवहार – मैत्री आणि नातं निभावण्याची कला
- सुखी जीवनाचे पासवर्ड – दुःख, अशांती आणि उद्विग्नतेच्या कैदेतून सुखाला करा मुक्त
- जीवनाची 5 महान रहस्य – प्रेम, आनंद, मौन, समृद्धी आणि परमेश्वर प्राप्तीचा मार्ग
- वर्तमान एक जादू – उज्ज्वल भविष्याची निर्मिती आणि प्रत्येक समस्येवरील उपाय

युवकांनी या पुस्तकांचा लाभ घ्यावा

- आजच्या युवा पिढीसाठी – विचार नियम फॉर युथ
- नींव नाइन्टी फॉर टीन्स् – बेस्ट कसे बनाल
- श्रीरामांकडून काय शिकाल – नवरामायण फॉर टीन्स्

या पुस्तकाद्वारे प्रत्येक समस्येचं समाधान प्राप्त करा

- स्वाथ्य प्राप्तीसाठी विचार नियम – मन:शक्तीद्वारे निरामय आरोग्य मिळवा
- स्वीकाराची जादू – त्वरित आनंद कसा प्राप्त करावा

या आध्यात्मिक कादंबऱ्यांद्वारे जीवनाचं गूढ रहस्य जाणा

- योग्य कर्मांद्वारे यशप्राप्ती – सन ऑफ बुद्धा
- शोध स्वतःचा – हरक्युलिसचा आंतरिक प्रवास
- पृथ्वी लक्ष्य – मृत्यूचं महासत्य
- दुःखात खुश राहण्याची कला – संवाद गीता

बेस्टसेलर पुस्तक **'विचार नियम'**चे रचनाकार
सरश्री

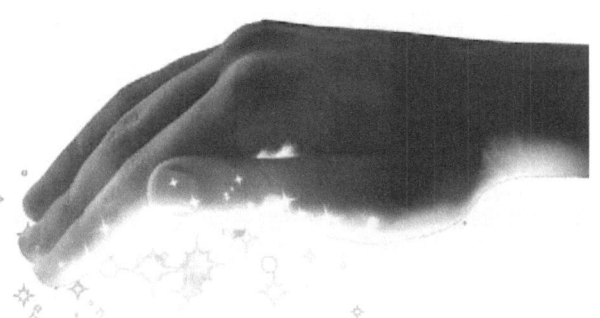

क्षमेची जादू

क्षमेचं सामर्थ्य जाणा, सर्व दुःखांपासून मुक्त व्हा

Say Sorry Within and Be Free

क्षमेची जादू

क्षमेचं सामर्थ्य जाणा, सर्व दुःखांपासून मुक्त व्हा.

Kshamechi Jadu - Kshamecha samarthya Jana, Sarv Dukhanpasun Mukt wha
By **Sirshree** Tejparkhi

प्रकाशक : वॉव पब्लिशिंग्ज् प्रा. लि., पुणे

प्रथम आवृत्ती : जानेवारी २०१७
पुनर्मुद्रण : जुलै २०१७, जुलै २०१९

ISBN : 978-81-8415-580-8

© Tejgyan Global Foundation

All Rights Reserved 2017.
Tejgyan Global Foundation is a charitable organization
having its headquarters in Pune, India.

सर्वाधिकार सुरक्षित

'वॉव पब्लिशिंग्ज् प्रा. लि.'द्वारे प्रकाशित हे पुस्तक अशा अटीवर विकण्यात येत आहे, की प्रकाशकाच्या लेखी पूर्वअनुमतीविना ते व्यापाराच्या दृष्टीने अथवा अन्य प्रकारे उसने, भाड्याने अथवा विकत अन्य कोणत्याही प्रकारच्या बांधणीत अथवा अन्य मुखपृष्ठासह देता येणार नाही; तसेच अशाच प्रकारच्या अटी नंतरच्या ग्राहकावर बंधनकारक न करता आणि वर उल्लेखिलेल्या कॉपीराइटपुरत्या मर्यादित न ठेवता या पुस्तकाच्या कोणत्याही स्वरूपाच्या विनिमयास, तसेच कॉपीराइटधारक व वर उल्लेखिलेले प्रकाशक दोघांच्याही लेखी पूर्वअनुमतीविना इलेक्ट्रॉनिक, मेकॅनिकल, फोटोकॉपी, रेकॉर्डिंग इत्यादी प्रकारे या पुस्तकाचा कोणताही अंश पुनःप्रस्तुत करण्यास, जवळ बाळगण्यास अथवा सुधारित स्वरूपात प्रस्तुत करण्यास मनाई आहे.

'क्षमा का जादू' या मूळ हिंदी पुस्तकाचा मराठी अनुवाद

अंतिम सत्य प्राप्त करण्यासाठी
केवळ स्वत:ची कर्मबंधनं नष्ट न
करता, संपूर्ण विश्व कर्मबंधनातून
मुक्त व्हावं यासाठी साधना
करणाऱ्या सर्व साधकांना
प्रस्तुत पुस्तक समर्पित...

भूमिका	कर्मबंधनांचा तुरुंगवास	
	नाहीसा करण्याची कला	१३
खंड – १	कर्मबंधनांचं रहस्य	१७
अध्याय १	आयुष्य सापशिडीचा खेळ	१७
	कर्मबंधनांनी बनतो हा जेल	
अध्याय २	कर्मबंधनांविषयी मूळ समज	२४
	निसर्गाचा न्याय	
अध्याय ३	कररूपी पार्सल	२७
	कर्मफलाच्या चक्रातून मुक्ती	
खंड – २	कर्मबंधनांपासून मुक्त होण्याचे उपाय	३३
अध्याय ४	कर्मबंधनांपासून मुक्त होण्याचे तीन मंत्र	३३
	जे करतील तुम्हाला स्वतंत्र	
अध्याय ५	क्षमा साधनेची समज	३९
	कचरा बनला कचोरी	
अध्याय ६	क्षमा काय आहे, काय नाही	४४
	एका 'क्षमे'ची विविध नावं	
अध्याय ७	क्षमासाधना कशी करावी	५०
	क्षमा मागण्याची आणि करण्याची योग्य पद्धत	
अध्याय ८	क्षमा कुणाला मागावी	५४
	इन–साफ कर्ता कोण	

अध्याय ९	क्षमा साधना कधी करावी	५९
	परिणामकारक प्रार्थनेची शक्ती	
अध्याय १०	क्षमा साधनेसाठी आवश्यक गुण	६६
	विश्वासाची ताकद	

खंड – ३ : कर्मबंधनांच्या जंजाळातून मुक्ती — ७३

अध्याय ११	कर्मबंधन निर्मितीचा पहिला कारखाना	७३
	संवाद	
अध्याय १२	कर्मबंधन निर्मितीचा दुसरा कारखाना	७७
	स्वसंवाद	
अध्याय १३	कर्मबंधन निर्मितीचा तिसरा कारखाना	८१
	वृत्ती आणि विकार	
अध्याय १४	सुप्त कर्मबंधनं नष्ट करा	८५
	क्षमेचा डस्टर फिरवा	
अध्याय १५	९८ क्रमांकाचं कर्मबंधन	९१
	शंभर टक्के क्षमा	
अध्याय १६	शारीरिक कर्मबंधनं	९८
	स्वास्थ्यप्राप्तीचं रहस्य	

खंड – ४ : अभेद्य कर्मबंधनांपासून मुक्ती — १०३

अध्याय १७	दगडावरील कमरेषा	१०३
	कोर थॉट	
अध्याय १८	डी.एन.ए. ची कर्मबंधनं	१०८
	डबल नुकसानीची सवय	
अध्याय १९	कॅरी फॉरवर्ड कर्मबंधनं	११४
	जखमी मेमरी	
अध्याय २०	मृतकांसोबत असलेली कर्मबंधनं	११८
	पितृपक्ष साधना	

खंड – ५	**क्षमा ते मोक्षमापर्यंतची यात्रा**	१२३
अध्याय २१	**निर्जीवांसोबत बांधलेली कर्मबंधनं** निर्जीवातही सजीवाचं दर्शन	१२३
अध्याय २२	**निःस्वार्थ क्षमा साधना** जबाबदारीची जाणीव	१२९
अध्याय २३	**क्षमेद्वारे मोक्षाप्रत** अहंकारातून मुक्ती	१३८
खंड – ६	**कर्मबंधनांपासून सुरक्षित क्षेत्र**	१४५
अध्याय २४	**निःस्वार्थ कर्म जीवन** सुरक्षित त्रिकोणाचा कोन	१४५
अध्याय २५	**मार्गदर्शनातून समज प्राप्ती** समजेचा नकाशा	१५१
अध्याय २६	**अति मंद – अति तीव्र बंधन** कर्मबंधन निर्माणापासून बचाव	१५३
अध्याय २७	**कर्मबंधनांतून मुक्ती देणारी युक्ती** कर्तभाव आणि फळ समर्पित करा	१५९
परिशिष्ट	**संपूर्ण क्षमा ध्यान** सर्व प्रकारच्या कर्मबंधनांसाठी क्षमा प्रार्थना	१६४

असं वाचा पुस्तक...

प्रस्तुत पुस्तकात 'कर्म-कर्मबंधन-फळ आणि भाग्य' हे प्राचीन विज्ञानाचं रहस्य 'कर्मरेषा' या नव्या आणि वेगळ्या उदाहरणाच्या माध्यमातून सादर केलं आहे. 'लकीर'चा अर्थ आहे कर्मरेषा. 'ल-की-र' शब्दाची सरश्रींनी केलेली फोड आहे - 'लगान की रस्सी'. अर्थात, कर्मबंधनाची निर्मिती ही भावबीजापासून होते. हे प्रारब्ध कर्त्याला त्याच्या कर्मफळाशी तोपर्यंत बांधून ठेवतं, जोपर्यंत त्याचा कर भरला जात नाही. या पुस्तकात कर्मविज्ञानाचे गुंतागुंतीचे नियम आणि सर्व प्रकारच्या कर्मबंधनांतून मुक्त होण्याचे मार्ग अत्यंत सुलभ, सोप्या पद्धतीने समजावून सांगितले आहेत. ज्यायोगे वाचकांना संपूर्ण आनंदाची अवस्था प्राप्त करता यावी. ६ खंडांमध्ये विभागलेल्या या पुस्तकाचा लाभ आपल्याला पुढीलप्रमाणे मिळू शकेल.

१. पुस्तकाच्या पहिल्या खंडात कर्मबंधन किंवा कर्मरेषांसंबंधीचं मूलभूत ज्ञान सांगितलं आहे. कर्मरेषा म्हणजे काय, त्या कशा तयार होतात, त्या कोण बनवतं आणि कशा प्रकारे मनुष्य कर्मबंधनांच्या जाळ्यात अडकून अत्यंत दुःखी-कष्टी आयुष्य जगण्यासाठी लाचार होतो, यासंबंधी विश्लेषण केलं आहे.

२. तुमच्या आयुष्यात घडणाऱ्या चांगल्या-वाईट घटना आणि मिळणारी सुख-दुःखं खरंतर तुमच्याच कर्मांची फळं असतात. जी तुम्हाला 'पार्सल'च्या रूपात मिळतात. हे कर्मबंधनाचं पार्सल कसं बनतं आणि तुमच्यापर्यंत कसं पोहोचतं, हे जाणण्यासाठी तिसरा अध्याय वाचा.

३. तयार होणारी कर्मबंधनं 'क्षमा साधने'द्वारा नष्ट करता येतात. क्षमा साधना म्हणजे काय, ती कशी करतात, कुणाला करतात आणि तिचं महत्त्व काय, ही सर्व मूलभूत माहिती पुस्तकाच्या दुसऱ्या खंडात दिली आहे.

४. आपले स्वसंवाद (मनाची बडबड) आणि सवयी कशा प्रकारे कर्मबंधनांची निर्मिती करतात, हे समजून घेण्यासाठी तिसऱ्या खंडातील अध्याय ११, १२ आणि १३ वाचा.

५. आपल्या मनात जमा असणाऱ्या भूतकाळातल्या कर्मबंधनांना समाप्त करण्याची कला अध्याय १४ मध्ये शिका. ही कर्मबंधनं नाहिशी करून इतरांबद्दलच्या तक्रारी बऱ्याच प्रमाणात कमी होतील आणि त्यांच्या बरोबरचे संबंधही सुधारतील.

६. अध्याय १६ मध्ये, क्षमा साधनेद्वारा शरीराविषयीची कर्मबंधनं समाप्त करून उत्तम आरोग्य कसं प्राप्त करायचं, याचं रहस्य उलगडलं आहे.

७. प्रत्येकाच्या अंतर्मनात अशा काही गोष्टी दडलेल्या असतात, ज्यांच्याविषयी आपण सगळेच अनभिज्ञ असतो. जसं; दृढ विश्वास (कोर थॉट) कर्मबंधनं, अनुवंशिक कर्मबंधनं (डी.एन.ए.), जन्म होण्यापूर्वीची कर्मबंधनं, पूर्वजांची कर्मबंधनं... इत्यादी समजून घेऊन नष्ट करण्यासाठी पुस्तकातील खंड ४ साहाय्यक ठरेल.

८. खंड ४ पर्यंतच्या तुमच्या वाचन-प्रवासात तुम्ही स्वतःची कर्मबंधनं नष्ट करून दुःखमुक्तीचा अनुभव घेऊ शकाल. परंतु तुम्हाला जर संपूर्ण मुक्तीचा (स्वानुभवाचा, मोक्षाचा) पल्ला गाठायचा असेल, तर पुस्तकाच्या पाचव्या खंडातील गोष्टींचं अनुकरण करावं लागेल.

९. अध्याय २० मध्ये, 'मला क्षमा... माझंच भलं' या स्वार्थी भावनेपासून 'सगळ्यांना क्षमा, सगळ्यांचं भलं... सगळ्यांची मुक्ती' यांसारख्या लोककल्याणकारक, निःस्वार्थ भावनेकडे स्थानांतरित कसं व्हावं, यासंबंधीचं ज्ञान तुम्हाला मिळेल. त्यातूनच तुमच्या मुक्तीची सुरुवात होईल.

१०. मनुष्याच्या कोणत्याही कर्माचं बंधन तयार होत नाही अशी एक अवस्था नक्कीच येऊ शकते, हे तुम्हाला माहिती आहे का? कर्मरेषा नाही तर बंधन नाही. अध्याय २१ मध्ये 'प्रत्येक बंधनापासून मुक्ती'ची अवस्था प्राप्त करण्याची पद्धत दिलेली आहे.

११. पुस्तकातील शेवटच्या सहाव्या खंडात, कर्मबंधनांपासून सुरक्षित आयुष्य कसं जगायचं, यासंबंधीचं मार्गदर्शन केलं आहे.

भूमिका

कर्मबंधनांचा तुरुंगवास

नाहीसा करण्याची कला

एका मोठ्या तुरुंगात अनेक कैदी शिक्षा भोगत होते. शिक्षेच्या काळात दररोज त्यांना अत्यंत खडतर परिश्रमांना सामोरं जावं लागे. ते कसेबसे दिवस ढकलत होते. परंतु प्रत्येकाच्याच मनात शिक्षेच्या शेवटचा दिवस कधी येतोय आणि कधी एकदा तुरुंगवासातून सुटका होतेय हाच विचार असायचा. या एकमेव आशेवर ते एक-एक दिवस मोजत जगत होते. त्या काळकोठडीमध्ये कॅलेंडरच नव्हतं मग घड्याळ तर दूरच! अशा वेळी किती काळ शिक्षा भोगतोय हे कैद्यांना समजणार कसं? यासाठी बऱ्याचशा कैद्यांनी एक मार्ग अवलंबला होता. आपल्या बराकीत म्हणजेच कोठडीमध्ये त्यांनी भिंतींवर कोळशाने रेघा ओढल्या होत्या.

जेलमध्ये एका विशेष कार्यक्रमाचं आयोजन करण्यात आलं होतं. अशा खास प्रसंगी कित्येक कैद्यांची तुरुंगातून मुक्तता होते, हे सगळ्याच बंदिवानांना ठाऊक होतं. त्यामुळे सगळेच कैदी या कार्यक्रमाची आतुरतेने वाट पाहत होते. कारण सुटका होणाऱ्या कैद्यांच्या यादीत आपलं नाव नक्की असणार अशी प्रत्येक कैद्यालाच आशा वाटत होती. बघता बघता समारंभाचा दिवस उजाडला. तुरुंग सुंदररीत्या सजवला गेला. कार्यक्रमामध्ये सहभागी झालेले सगळे कैदी तुरुंगाच्या मैदानात एकत्रित होऊन, जेलरच्या उद्घोषणेची वाट पाहू लागले.

मुख्य कार्यक्रमानंतर जेलर सुटका होणाऱ्या कैद्यांची यादी घेऊन उभे राहिले. कैद्यांमध्ये उत्सुकता आणि बेचैनीही होती. जेलरने विचारलं, ''शिक्षेचा कालावधी किती झालाय हे मोजण्यासाठी तुमच्यापैकी किती जणांनी कोठडीमध्ये भिंतींवर रेघा ओढल्या आहेत? जितक्या रेषा ओढल्या असतील त्या सगळ्यांना तितक्या आठवड्यांची जास्तीची शिक्षा भोगावी लागेल.''

हे ऐकून सगळे कैदी दुःखी झाले. कारण जवळपास ८०% कैद्यांना भिंतींवर रेषा ओढून मोजण्याची सवय होती. त्यामुळे सुटकेचा दिवस माहीत करून घेण्यासाठी ज्या रेषा ओढल्या होत्या, त्याच त्यांच्या बंधनाचं कारण बनल्या. उरलेले २०% कैदी खुश होते. त्यांची लवकरच सुटका होणार होती. कारण त्यांनी भिंतींवर कमी रेषा ओढल्या होत्या. काहींनी एकही रेघ ओढलेली नव्हती.

रेषा ओढणाऱ्या कैद्यांच्या मनात विचार सुरू झाले. 'दहा वर्षांपूर्वी आपण या जेलमध्ये कैदी म्हणून आलो. तेव्हापासून आपली सुटका कधी होणार हे माहीत करून घेण्यासाठी भिंतींवर रेघा ओढत होतो, दिवस मोजत होतो. पण याच रेषा एके दिवशी आपल्या बंधनाचं कारण बनतील हे कुठं ठाऊक होतं? दहा वर्षांपूर्वीच ही गोष्ट कुणी सांगितली असती तर, या रेषा ओढण्याचा वेडेपणा नक्कीच केला नसता... या रेषा म्हणजे बंधन आहे हे आधीच कुणी सांगितलं असतं, तर आजचा हा निराशेचा दिवसच उगवला नसता...'

या गोष्टीचा शेवट काय? ही गोष्ट अशी अर्धवटच का सांगितली? त्या कैद्यांचं काय झालं?... असे अनेक विचार तुमच्या मनात आले असतील. पण थोडं थांबा! कारण गोष्ट अजून संपलेली नाही ती सुरूच आहे. हो! बरोबर वाचलंय तुम्ही... ही गोष्ट आहे तुमची-आमची, आपल्या सर्वांचीच. आपणच आहोत ते कैदी जे आयुष्याच्या भिंतीवर दररोज,

प्रत्येक क्षणी कळत-नकळत रेषा ओढतच असतो.

पिंजऱ्यातला पक्षी पाहून संवेदनशील माणसाच्या मनात विचार येतो, 'पंख असूनही याला आकाशात झेप घेता येत नाही... बिच्चारा!' पण लक्षात घ्या, पिंजऱ्यातल्या एखाद्या पक्ष्यासारखंच आपणही कर्मबंधनांचं जाळं तयार करून त्यात फसतो, अडकतो. पक्षी लाचार असल्याने पिंजऱ्याचं बंधन तोडू शकत नाही. परंतु मानवामध्ये बंधनरूपी पिंजरा तोडण्याचं सामर्थ्य नक्कीच आहे. तरीदेखील पिंजऱ्याचे गज तोडून त्या पलीकडे जाण्याचा प्रयत्न तो करत नाही.

बंधनं आणि दुःख यांच्या बंदिवासातून ज्या लोकांना सुटका हवी आहे, त्यांनी सर्वप्रथम या 'कर्मबंधनांचं रहस्य' समजून घ्यायला हवं. कर्मबंधनं कशी तयार होतात, त्यामुळे आपलं नुकसान कसं होतं, त्याचबरोबर कर्मबंधनं कशाप्रकारे नष्ट करता येतात यांसारख्या प्रश्नांची उत्तरं शोधायला हवीत. कर्मबंधनांबाबत प्रत्येकानेच सजग व्हायला हवं. परंतु जोपर्यंत हे घडणार नाही, कर्मबंधनं ओळखून आपण ती नष्ट करणार नाही आणि नवीन कर्मबंधन तयार होण्यापासून स्वतःचं संरक्षण करू शकणार नाही, तोपर्यंत आपलीही अवस्था मुक्तीपासून दूर असणाऱ्या कैद्यांसारखीच असेल.

कर्मबंधन तयार करणं हा मानवी मनाचा सहज स्वभाव असला, तरीदेखील ती समाप्त करणं ही एक कला आहे. ती प्रत्येकानेच आवर्जून शिकायला हवी. एकदा का ही कला तुम्हाला अवगत झाली, तर तुमचंही आयुष्य त्या २०% कैद्यांप्रमाणे होईल. जे बंधनात असूनही मुक्त आहेत किंवा लवकरच बंधमुक्त होण्याची शक्यता आहे.

प्रस्तुत पुस्तकातून कर्मबंधनांचं रहस्य तुमच्यासमोर उलगडणार आहे. शिवाय एका डस्टरची माहितीही मिळणार आहे. हे डस्टर केवळ फिरवताच अत्यंत खोलवर असणारं कर्मबंधनही नाहीसं होऊ शकेल. खरंतर हे डस्टर नसून तुमच्या मुक्तीचं साधन आहे. हे साधन तुमची सगळी कर्मबंधनं नष्ट करेल.

हे डस्टर म्हणजे नेमकं काय, ते कसं मिळवता येतं, केव्हा आणि कशा प्रकारे फिरवायचं हे सर्व समजून घेण्यासाठी पुस्तक वाचनाचा शुभारंभ करा. आपल्या मुक्तीच्या मार्गावर अग्रेसर होण्याची सुरुवात करा!

...सरश्री

खंड - १

कर्मबंधनांचं रहस्य

अध्याय-१

आयुष्य सापशिडीचा खेळ

कर्मबंधनांनी बनतो हा जेल

लहानपणी कदाचित तुम्ही सापशिडीचा खेळ खेळलाच असेल. लहान मुलांना हा खेळ खूपच आवडतो. कारण त्यात खेळणाऱ्याशी पैज लावता येते. 'पुढं कोण जाणार... तू का मी... खाली कोण पडणार...तू का मी... कोण जिंकणार मी का तू...' खेळाच्या सुरुवातीपासून शेवटपर्यंत खेळणाऱ्यांच्या मनात हेच प्रश्न सुरू असतात. त्यातच वाटेतला साप पाहून खेळणाऱ्याची काळजी आणखी वाढते, तर प्रतिस्पर्ध्याला आनंद होतो. खेळताना ईश्वराला प्रार्थनाही केली जाते, 'हे ईश्वरा, याला सापाने गिळलं तर बरं होईल. पण मला फक्त शिडी मिळू दे. म्हणजे मी नेहमी वर चढत राहीन, जिंकेन आणि यशस्वी होईन.'

लहान मुलांसाठी गंमत म्हणून असणारा सापशिडीचा हा खेळ मोठ्यांसाठी मात्र वास्तव असतो. या खेळासारखंच लोक आपलं आयुष्य जगतात. ते काही योजना मांडतात. डावपेच आखतात. पडतात... चढतात. म्हणजेच कधी यशस्वी होतात, तर कधी अयशस्वी. कधी स्वतःच्या चांगल्यासाठी प्रार्थना करतात, तर कधी इतरांच्या वाईटासाठी... **आपल्या यशाचं श्रेय स्वतः घेण्यात धन्यता मानतात, तर अपयशाचं खापर इतरांवर फोडतात**. चांगलं घडलं तर आनंदी होतात, वाईट

घडल्यावर दुःखी... सांगण्याचं तात्पर्य, सापशिडीच्या खेळात मुलं जे अनुभवतात, मोठी माणसंदेखील तोच अनुभव संपूर्ण जीवनभर घेतात.

जरा विचार करा, सापालाच शिडी बनवता येईल, अशी एखादी युक्ती तुम्हाला सापडली तर...? तर हा खेळ किती सोपा होईल. साप आला काय अन् शिडी आली काय... जिंकणार तुम्हीच! असं जगणं ज्यांना जमतं, त्यांची जीवनयात्रा सहज, सरळ आनंददायी आणि सफल होते. साप कधीच त्यांना गिळू शकत नाही. कारण प्रत्येक सापाची शिडी बनवण्याची कला त्यांनी पूर्णपणे अवगत केलेली असते. आहे ना हा एक उत्तम मार्ग!

या मार्गावरून चालण्या अगोदर तुम्हाला साप आणि शिडी म्हणजे काय हे प्रथम समजून घ्यावं लागेल. कारण कित्येकजण अंधारामध्ये (अज्ञानात) सापाला शिडी समजतात आणि शिडीला साप. म्हणूनच ज्याच्यावर हा सगळा खेळ खेळला जातोय तो साप-शिडीचा पट आधी समजून घ्यायला हवा.

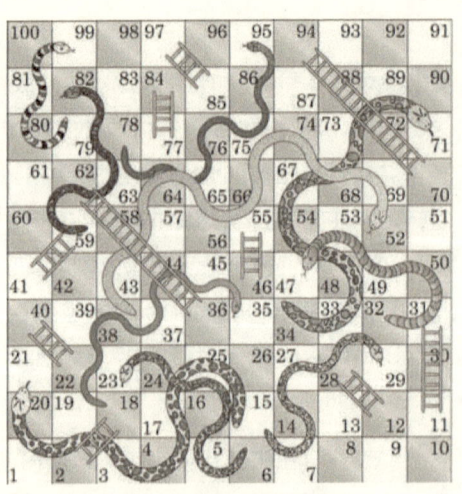

साप आणि शिडीचं चित्र काढायला सांगितलं तर तुम्ही कशा प्रकारे काढाल? पेपरवर काही आडव्या-तिडव्या, नागमोडी रेषा काढाल, ज्या सापासारख्या असतील. तर काही सरळसोट आणि आडव्या रेषा ओढून शिडीसारखं चित्र बनवाल. अर्थात साप काय आणि शिडी काय तयार होतात ते रेघांपासूनच.

साप आणि शिडीच्या रूपात येणाऱ्या या रेषा नेमक्या काय आहेत? त्या कधी खाली पाडतात तर कधी वर चढवतात. या रेषांनी आपल्या जीवनाला सुख-दुःख, आशा-निराशेचा खेळ का बनवलंय, हे सगळं आता आपण समजून घेणार आहोत.

कर्मबंधन अर्थात महसूलाचा दोर

'लकीर' म्हणजे 'लगान की रस्सी.' लगान म्हणजे महसूल किंवा टॅक्स (टोल).

जो आपल्याला इच्छा नसतानाही भरावाच लागतो. 'र' आहे रस्सी म्हणजेच दोरासाठी. रस्सी म्हणजे बंधन. असं बंधन जे आपल्याला त्या लगानबरोबर, टॅक्सबरोबर तोपर्यंत बांधून ठेवतं, जोपर्यंत आपण तो भरत नाही. अशा प्रकारे 'लगान की रस्सी'चं संक्षिप्त रूप आहे, लकीर म्हणजेच कर्मरेषा... कर्मबंधन किंवा कर्मफळ...

आपण सगळेच असंख्य अशा कर्मबंधनाच्या दोरांनी बांधलेलो आहोत. वेळोवेळी या कर्मबंधनांमुळे आपण अडचणीत येतो, म्हणून आपल्या आनंदाला कुठे ना कुठे गालबोट लागतं.

'लकीर' शब्द आणि त्याचं विश्लेषण तुम्हाला वाचताना नवीन वाटलं असेल. अध्यात्मामध्ये यालाच कर्मबंधन किंवा प्रारब्ध असं म्हटलं आहे. हे शब्द नक्कीच तुम्ही ऐकले असतील. वास्तविक काही गोष्टी इतक्या वेळा सांगितल्या, ऐकवल्या जातात, की कालांतराने त्यासंबंधी ऐकणं ही आपल्यासाठी एक यांत्रिक क्रिया बनते. अशा वेळी ते महत्त्वपूर्ण शब्द आपल्या कानावर पडले, तरी हवा तो परिणाम साधला जात नाही. म्हणूनच जीवनातलं हे श्रेष्ठ ज्ञान तुम्ही आत्मसात करायला हवं. त्यावर मनन करून ते आपल्या आयुष्यात अंगीकारायला हवं. केवळ या एकाच उद्दिष्टपूर्तीसाठी प्रस्तुत ज्ञान तुमच्यासमोर नाविन्यपूर्ण पद्धतीने सादर केलं जात आहे.

कर्मबंधन कसं आणि केव्हा तयार होतं

भाव, विचार, वाणी आणि क्रिया यांद्वारे आपल्याकडून अज्ञानापोटी एखादं कर्म घडतं त्यावेळी त्याचं कर्मबंधन तयार होतं. कर्मानुसार त्याचं कर्मफळ ठरतं. जोपर्यंत या कर्मफळाचा महसूल (लगान) चुकता केला जात नाही, तोपर्यंत मनुष्य कररूपी दोराने (कर्मबंधनाने) बांधलेला राहतो. चांगल्या कर्माचं चांगलं तर वाईट कर्माचं फळ वाईट हे निश्चित असतं. तुम्ही एखाद्याची मदत केली, तर तुमच्या गरजेच्या वेळी तुम्हालादेखील कुठून ना कुठून मदतीचा हात मिळतोच. थोडक्यात, कर्म चांगलं असो अथवा वाईट प्रत्येक कर्माचं बंधन तयार होतंच आणि तुम्ही त्याच्याबरोबर बांधले जाता.

कर्मासंबंधी ढोबळमानाने काही समजूती रूढ आहेत. कित्येकांना वाटतं, की प्रत्यक्ष केलेली कृती किंवा बाह्यकर्म म्हणजेच कर्म. ते केलं नाही तर कोणतंही कर्मबंधन तयार होत नाही. म्हणजेच एखाद्याबद्दल तोंडातून अपशब्द काढले तरच वाईट कर्म घडतं, अन्यथा मनातल्या मनात वाईट बोललं तर कर्म होत नाही. प्रत्यक्षात, वैचारिक आणि भावनिक स्तरांवर केलेल्या कर्मांचंदेखील बंधन तयार होतं. भावनेत जर द्वेष,

ग्लानी, तिरस्कार, क्रोध, अहंकार, ईर्षा असेल, तर त्याचंदेखील बंधन तयार होतं.

एखाद्या घटनेच्या फलस्वरूप जेव्हा मनुष्याच्या मनात भाव निर्माण होतात, त्याची बडबड सुरू राहते, तेव्हा त्याच्याकडून सर्वाधिक कर्मबंधनं तयार होतात. हे भाव भविष्यासाठी बीजाचं काम करतात. त्यामुळे यांना 'भाव बीज' असंही म्हणतात. भाव बीज टाकताच कर्मरेषा तयार होते. या भावबीजांचा परिणाम म्हणजेच तुमच्या जीवनात भविष्यकाळातल्या घटना कर्मबंधनांच्या रूपात येतात. या घटनांमुळे तुमच्याकडून पुन्हा एकदा कर्मबंधन तयार होतं. त्यातून पुढच्या घटना जन्माला येतात. अशा प्रकारे कर्मफळांची ही शृंखला आयुष्यभर सुरूच राहते.

कर्मबंधनं कशी तयार होतात

एखाद्याचा केलेला तिरस्कार किंवा भाव, विचार, वाणी अथवा क्रिया यांमधून दिलेलं दुःख हे कर्मरेषा ओढण्यासारखं आहे. आपल्या मनाविरुद्ध कुणी वागल्यानंतर आपण जे वाईट शब्द उच्चारतो, तेव्हादेखील कर्मबंधन तयार होतं.

आपल्याशी कुणी वाईट वागलं, चुकीचे शब्द वापरले तर मनात दुःखद भाव निर्माण होतात. हे भाव समोरच्या माणसाबद्दल आपल्या मनात कर्मबंधन तयार करतात. कोणत्याही घटनेत, समस्येत किंवा कुणाबद्दलही नकारात्मक विचार केला, तर ताबडतोब त्याचंही कर्मबंधन तयार होतं.

एखाद्याच्या चुकीच्या वागण्याबद्दल अवाक्षरही काढलं नाही किंवा कुणाचातरी दबाव निमूटपणे सहन करत, आतल्या आत कुढत, नशिबाला दोष देत राहिले, तर त्याचंदेखील कर्मबंधन तयार होतं. अशा कर्मफळांतून अनेक समस्या निर्माण होतात. ज्याचा परिणाम शारीरिक आजारांच्या रूपातही पाहायला मिळतो.

विद्यार्थी अभ्यासाच्या वेळी टिवल्याबावल्या करतो, एखादा माणूस आपल्या जबाबदाऱ्या योग्य प्रकारे पार पाडत नाही, तेव्हादेखील कर्मबंधनं तयार होतात. याचाच अर्थ, जे कर्म करायला हवं ते केलं नाही, तरीदेखील त्याचं फळ अर्थात कर्मफळ असफलतेच्या रूपात समोरं येतं.

आरोग्याची, तब्येतीची काळजी घेतली जात नाही, तेव्हा कर्मबंधन तयार होतं. ज्याचा महसूल आजाराच्या रूपात भरावा लागतो.

मनुष्याकडून घडणाऱ्या वाईट कर्मांचीच नव्हे, तर चांगल्या कर्मांचीदेखील बंधनं

तयार होतात. जी शिडीच्या रूपात (चांगल्या संधी, मदत, सफलता, चांगली नाती इत्यादी रूपात) आपल्याकडे येतात.

सांगण्याचं तात्पर्य, प्रत्येक कर्माचं बंधन बनतंच. आपल्या वडिलधाऱ्यांनी, आईवडिलांनी, शिक्षकांनी सगळ्यांनीच आपल्याला प्रारब्धाबद्दल कधी ना कधी सजग केलेलंच असतं. लहानपणापासून आपल्याला शिकवलं जातं, 'वाईट बोलू नका, वाईट विचार करू नका... वाईट पाहू नका... कराल तसं भराल... त्यामुळे कुणाचाही तळतळाट लागेल अशी कामं करू नका' अर्थात, कोणत्याही परिस्थितीत आपल्याला वाईट गोष्टींपासून दूर राहण्याची शिकवण दिलेली असते. प्रत्येक धर्मात हेच सांगितलंय, की वाईटापासून दूर राहा... चांगलं वागा. कारण वाईटाचा परिणाम वाईटच होणार आणि चांगल्या कर्मांचा चांगला. परंतु भावनिक स्तरावरदेखील कर्मरेषा तयार करून आपण स्वतःसाठी बंधनं तयार करत राहतो, पण आजवर इतक्या सूक्ष्मतेने ही बाब आपल्यासमोर आलीच नाही.

अशा गोष्टी लहानपणी ऐकायला खरोखरच छान वाटतात. परंतु मोठं होता-होता, आजूबाजूच्या जगाचा रंगढंग पाहून आपलं तार्किक मन या शिकवणींना नकार देतं. आपल्याला वाटतं, वाईट वागायचं नाही, हे तर बरोबरच. पण आपल्याशी कुणी वाईट वागलं, नको ते बोललं, चुकीचा विचार केला तर आपणही 'जशास तसं' वागायलाच हवं. त्यात वावगं असं काहीच नाही. प्रत्यक्षात ही गोष्ट खरी नाही. क्रिया असो अथवा प्रतिक्रिया, प्रत्येक कर्माचं बंधन हे बनतंच.

कर्मबंधनांचा प्रभाव

कर्मबंधनं कितीही मोठी असोत अथवा लहान, ती आपला कर वसूल करतातच. मोठ्या आजाराने माणसाची शक्ती नाहीशी होते. परंतु थोड्याशा तापानेदेखील आपण थकतो, चिडचिडे बनतो. वर्षानुवर्षं जमा केलेल्या अशा असंख्य कर्मबंधनांमुळे माणसाच्या मनावर ताण येतो. अर्थात हे ताबडतोब घडत नाही. कर्मबंधनांचं ओझं हळूहळू वाढत जाऊन त्यातून मनःस्थिती बिघडते. पुढे जाऊन या कर्मबंधनांचे परिणाम शरीरावरही दिसू लागतात. जसं- काळजी, डोकेदुखी, अपचन, ॲसिडीटीसारखे आजार घेरतात.

काहींचं वजन १००-१५० किलोंपेक्षाही जास्त असतं. त्याच्याकडे पाहून लोकांच्या मनात विचार येतो, 'हा माणूस आपल्या पायांवर कसा चालत असेल? इतकं

वजन त्याला कसं पेलवत असेल?' परंतु एवढं वजन एकदम वाढलं नाही ना... हळूहळू वाढत जातं... त्यामुळे लठ्ठ माणसाला ते जाणवत नाही. तो आरामात खातो-पितो... पण जेव्हा उठण्या-बसण्याचा, चालण्याचा त्रास सुरू होतो किंवा हृदयविकार, रक्तदाब, मधुमेहासारखे आजार जडू लागतात, तेव्हा त्याला धोक्याची घंटा ऐकू येते. मनात येणाऱ्या विचारांच्या कर्मरेषादेखील अशाच असतात. छोट्या छोट्या कर्मरेषा एकत्रित होऊन त्या शक्तिशाली बनतात आणि त्याचे मोठे परिणाम दिसू लागतात. तेव्हा कुठे त्यांच्या अस्तित्वाची जाणीव होते. म्हणूनच निरंतर सजगता आवश्यक असते. स्वतःचे भाव, स्वसंवाद आणि प्रतिसाद यांच्याकडे काळजीपूर्वक लक्ष द्यावं लागतं.

एखाद्याबद्दल मनात तिरस्कार निर्माण झाला, तर त्याचं कर्मबंधन तयार होतं. कुणाला वेडं समजलं तरीही कर्मरेषा ओढली जाते. अशा कर्मरेषा इतक्या बारीक किंवा तलम असतात, की माणसाला त्याची जाणीवही होत नाही. आपण जेव्हा स्वतःमध्ये अडकतो, तेव्हा अशा प्रकारच्या घटना घडतात. स्वतःमध्ये गुरफटतो म्हणूनच जगाशी लढतो, स्वतःलाच ओरखडे काढत कर्मबंधनं बनवत राहतो.

कर्मबंधनांचा प्रभाव जीवनाच्या प्रत्येक क्षेत्रात घडतो. तिरस्कार, द्वेष, अपराधबोध यांसारखे मानसिक आजार अनेक व्याधींना आमंत्रित करतात. भूतकाळातल्या घटनांमधून किंवा एखाद्याच्या कडवट बोलण्यातून आपण स्वतःला मुक्त करत नाही, समोरच्याला माफ करत नाही, त्यावेळी अनेक शारीरिक, मानसिक व्याधींचे आपण शिकार बनतो.

कर्मबंधनं मनुष्यावर खोलवर प्रभाव पाडतात. इतका की, तो स्वतःचं आत्मबल गमावून त्यांच्या अधीन होऊन नवीन कर्मबंधनं तयार करतो. अशा वेळी इच्छा नसतानाही तो इतरांबरोबर चुकीचं वागतो. ज्यामुळे लोक दुःखी होतात आणि नात्यांमध्ये कटुता निर्माण होते.

कर्मबंधनं माणसाला सतत बाह्यदिशेने ओढत राहतात. त्यामुळे आंतरिक साधनेचा त्याला पूर्ण लाभ घेता येत नाही. कर्मफळांचं ओझं घेऊन, तो सत्याच्या मार्गावर चालू शकत नाही आणि साधनाही करू शकत नाही. कारण सत्यमार्ग आचरण्यासाठी आणि साधनेत लीन होण्यासाठी सर्वप्रथम मन थोडं स्वच्छ, हलकं आणि शुद्ध असणं आवश्यक असतं.

कर्मबंधनांसंबंधीचं हे विवेचन वाचून घाबरण्याचं किंवा काळजी करण्याचं कारण नाही. 'अरे बापरे! कर्मबंधनांचे प्रकार तरी किती... यांच्यापासून स्वतःचा बचाव कसा

करायचा... काय करायचं आता...' असा विचार खरोखरच करू नका. तर तुम्ही कर्मबंधनांबाबत जागरूक, सजग व्हा. ही बंधनं कशी तयार होतात आणि कधी ती आपल्या मार्गात अडथळा बनतात हे एकदा का समजलं, की ती नष्ट करणं सहज शक्य होईल.

कर्मबंधनं जेव्हा नष्ट होतात तेव्हा काहीतरी वेगळं घडल्याची जाणीव होते. मन हलकं होताच आजूबाजूचं वातावरणही हलकंफुलकं, मोकळं, प्रफुल्लित वाटू लागतं. असं विकाररहित, संपूर्ण निरोगी व्यक्तिमत्त्व मुक्तीच्या मार्गावर घोडदौड करू शकतं. अपरिचित आनंदाची प्रचिती त्याला येते. या अवर्णनीय आनंदासाठी गरज आहे, ती कर्मबंधनं नष्ट करण्याची. त्यापेक्षाही जास्त आवश्यकता आहे, ती कर्मबंधन तयार होणार नाहीत याची काळजी घेण्याची. इथून पुढे तुमच्याकडून अजाणतेपणानेही कर्मरेषा ओढल्या जाऊ नयेत, जी बंधनं बांधली गेलीत ती मोकळी व्हावी, यासंबंधीची कला तुम्ही आता शिकणार आहात. चला तर, या दिशेने पाऊल टाकण्यासाठी सर्वप्रथम कर्मबंधनांच्या निर्मितीमागे दडलेल्या मूळ बाबी समजून घेऊया.

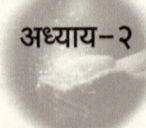

अध्याय-२

कर्मबंधनांविषयी मूळ समज

निसर्गाचा न्याय

मानवी न्यायालयात एखाद्या केससंबंधीचा निकाल हा न्यायाधीशांसमोर होणारे युक्तिवाद, पुरावे आणि साक्षीदार यांच्या आधारे दिला जातो. या सर्व बाबींच्या साहाय्याने न्यायाधीश निकाल देतात. परंतु मनुष्य हा चलाख, डोकेबाज प्राणी आहे. अक्कलहुशारीने वकील पुरावे आणि साक्षीदार बदलतात, त्यांच्या खऱ्या-खोट्या साक्षी सादर करतात. या सगळ्याचा परिणाम न्यायाधीशांच्या निर्णयप्रकियेवर होतो. आरोपी हाच अपराधी आहे, हे न्यायाधीशांनाही माहिती असतं. परंतु पुराव्यांच्या अभावी आरोपी सहीसलामत सुटतो. पुरावे बदलून निरपराध्यांना शिक्षा होते. गुन्हेगार मोकाट सुटतात किंवा त्यांची शिक्षा कमी-जास्त होते. न्यायप्रक्रियेच्या चौकटीत बद्ध असणारे न्यायाधीश अशा वेळी काहीही करू शकत नाहीत. नाइलाजास्तव त्यांना सादर केलेल्या युक्तिवाद-पुराव्यांनुसारच निकाल द्यावा लागतो.

हे घडत असतं पृथ्वीवर - मानवी न्यायालयात. परंतु कर्मबंधनांचा हिशेब हा मानवी नाही, तर निसर्गाच्या न्यायालयात सुरू असतो आणि निसर्ग कोणत्याही मनुष्यरूपी न्यायाधीशाप्रमाणे लाचार, हतबल नाही. त्याच्यापासून काहीही लपवता येत नाही. निसर्गाचा न्याय हा निष्पक्ष आणि अचूक असतो.

उदाहरणार्थ, एखाद्याचे एक लाख रुपये चोरीला गेले, तर आर्थिक नुकसानाबरोबरच त्याने आणखी काय काय सहन केलं असेल? पैशांबरोबरच आणखी काय गमावलं

असेल? त्याला किती दुःख झालं असेल? एक लाख रुपये ही तर मूळ रक्कम होती. पण ही रक्कम गमावल्याचं जे दुःख झालं, तेदेखील मूळ रकमेमध्ये व्याजाच्या रूपात मिळवावं लागेल. अशा प्रकारे जेव्हा न्याय दिला जाईल, तेव्हा एक लाख चोरणाऱ्या चोराचंही तेवढंच नुकसान होईल असं नाही. तर ते एक कोटींइतकंही असू शकतं किंवा आर्थिक नुकसान न होता त्याला भयंकर शारीरिक-मानसिक कष्टदेखील होऊ शकतात.

सांगण्याचा अर्थ, निसर्गाच्या हिशेबामध्ये केवळ बाह्य नुकसानाची दखल घेतली जात नाही, तर आंतरिक हानीचादेखील हिशेब ठेवला जातो. कारण एक लाख रुपयांचं मूल्य आर्थिक स्थितीनुसार प्रत्येकासाठी वेगवेगळं असतं. जसं, एखाद्या श्रीमंत माणसाकरता लाखभर रुपये हे दहा हजारांइतके असू शकतात. जे गमावल्यामुळे त्याला फारसा फरक पडणार नाही. पण एखाद्या गरीबासाठी एक लाख ही त्याच्या आयुष्यभराची कमाई असेल. त्याला ते एक कोटीसारखे वाटतील आणि तेच गमावले तर त्याचं भविष्यच उद्ध्वस्त होईल. निसर्ग एकाच गोष्टीच्या सर्वांगीण पैलूंवर विचार करून न्याय देतो.

लोकांना आयुष्यातल्या अडीअडचणींचं खापर नेहमी इतरांच्या किंवा नशिबाच्या डोक्यावर फोडायची सवय असते. खरंतर प्रत्येकाच्या आयुष्यात जे काही घडून जातं किंवा वर्तमानात जे घडतं त्याचं कर्मबंधन त्याच्याकडूनच कधी ना कधी तयार झालेलं असतं. निसर्ग कधीही कुणावरही अन्याय करत नाही. तो संपूर्ण घटनेकडे निष्पक्षपणे पाहतो. निसर्गाचा न्याय समजून घेण्यासाठी आपल्याला कर्मबंधनांचं मूलभूत ज्ञान माहिती करून घ्यायला हवं.

कर्मबंधनांचं मूलभूत सत्य

- क्रिया असो अथवा प्रतिक्रिया, प्रत्येक कर्मासोबत बंधन तयार होतंच. अर्थात आपण कर्मबंधनात अडकतोच.
- बाह्य कृतींमधल्या कर्मांमुळेच नव्हे तर भाव, विचार आणि वाणी यांच्या स्तरावर केलेल्या कर्मांनीदेखील कर्मबंधन बनतं. उदाहरणार्थ, एखाद्याबद्दल मनात चुकीचे भाव ठेवले तरीही कर्मबंधन तयार होतं.
- चांगलं कर्म असो अथवा वाईट, दोन्हींचंही कर्मबंधन तयार होतं. कर्मबंधनं वाईट परिणाम आणणारे (साप) आहेत की चांगले परिणाम घेऊन येणारे (शिडी) आहेत, हे त्या-त्या कर्मावर अवलंबून असतं.
- कर्मबंधन कसं आहे, चांगलं की वाईट, खोल की वरवरचं, हे कर्माच्या भावनेवर

(हेतूवर) अवलंबून असतं, कर्माच्या बाह्यरूपावर नाही. हे आपण एका उदाहरणातून समजून घेऊ या.

एक तपस्वी एका वृक्षाखाली ध्यानमग्न बसले होते. तितक्यात त्यांना पानांचा सळसळाट ऐकू आला. एक ससा झाडामागे लपल्याचं त्यांना जाणवलं. थोड्याच वेळात एक शिकारी तिथं आला. त्याने तपस्वींना विचारलं, ''साधूमहाराज, तुम्ही एखाद्या सशाला इकडं येताना पाहिलं का?, तपस्वी म्हणाले, ''नाही.'' त्यामुळे शिकारी निघून गेला. हे सगळं पाहणाऱ्या एका माणसाने त्या साधूंना विचारलं, ''तुम्ही तर तपाचरण करणारे आहात. तरीदेखील खोटं बोललात?'' त्यावर त्यांनी उत्तर दिलं, ''एखाद्याचे प्राण वाचवण्यासाठी खोटं बोललं तर ते खोटं ठरत नाही.''

या उदाहरणामध्ये कर्माचं बाह्य स्वरूप - खोटं बोलणं चुकीचं होतं. परंतु त्यामागे, 'कुणाच्या तरी प्राणांचं रक्षण करायचं' ही शुद्ध भावना होती. त्यामुळे या ठिकाणी वाईट कर्मबंधन तयार झालं नाही.

समजा, तुमच्या घरी एखादी मोठी आसामी वर्गणी मागण्यासाठी आली. तुम्ही त्यांना वर्गणी दिली शिवाय त्यांचा आदर-सत्कारही केला. परंतु त्यांचं असं येणं तुम्हाला आवडलं नाही. 'वाटेल त्या वेळी येतात...' अशी बडबड तुम्ही मनात करत राहिलात. त्यामुळे बाह्यकर्म जरी चांगलं झालेलं असलं, तरी त्या कर्मामागे असणारी भावना ही अयोग्य आहे. त्यामुळे कर्मबंधनदेखील तिरस्कारयुक्त बडबड असणारंच तयार होणार.

कर्मबंधनांच्या विज्ञानातली सर्वांत महत्त्वपूर्ण गोष्ट म्हणजे, तयार झालेली कर्मबंधनं नष्ट करता येतात आणि नवीन कर्मबंधनांची निर्मिती थांबवता येते. **कर्मबंधनांपासून संपूर्ण मुक्ती खरोखरच शक्य आहे. कर्मबंधनांपासून मुक्ती म्हणजेच 'मोक्ष!'** यासंबंधी विस्ताराने पुढे जाणून घेता येईल.

कोणतंही कर्मबंधन बनताच त्याबरोबर एक कररूपी पार्सलदेखील (परिणाम) तयार होतं. हे पार्सल मनुष्याला योग्यवेळी परतही दिलं जातं. परिणाम म्हणजेच पार्सल कसं बनतं, कोण बनवतं, कुणाला दिलं जातं, केव्हा दिलं जातं हे सर्व पुढील अध्यायामध्ये तुम्ही सविस्तर जाणून घेणार आहात.

अध्याय-३

कररूपी पार्सल
कर्मफलाच्या चक्रातून मुक्ती

एकदा दोन साधू मित्र एका गावातून दुसऱ्या गावाकडे जात होते. वाटेत एक नदी होती. ती ओलांडून त्यांना पलीकडे जायचं होतं. दिवस पावसाळ्याचे होते. नदीला पूर आला होता. तरीदेखील ते दोन्ही साधू नदीत उतरले. पुरातून पोहत जात असताना एक स्त्री त्यांना पुराच्या पाण्याबरोबर वाहताना दिसली. एका साधूने ताबडतोब त्या स्त्रीला उचलून आपल्या पाठीवर टाकलं आणि पोहत नदी ओलांडली. तटावर पोहोचल्यावर प्राण वाचवणाऱ्या साधूला धन्यवाद देऊन ती स्त्री निघून गेली. ते दोन्ही साधूदेखील मार्गस्थ झाले.

कालांतराने दुसरा साधू स्त्रीला वाचवणाऱ्या साधूला वारंवार म्हणू लागला, "हे तू बरोबर केलं नाहीस. आपण साधू आहोत. स्त्रीला स्पर्श करणं आपल्यासाठी निषिद्ध आहे. तू तर सरळ सरळ त्या स्त्रीला तुझ्या पाठीवर घेऊन आलास."

यावर स्त्रीला वाचवणाऱ्या साधूने खूपच सुंदर उत्तर दिलं. या उत्तराचं मर्म आपण सगळ्यांनीच जाणून घ्यायला हवं. तो म्हणाला, "मी तर त्या स्त्रीला माझ्या पाठीवरून नदीच्या तटावरच उतरवलं. परंतु तू अजूनही तिला आपल्या पाठीवरच घेऊन आहेस."

या गोष्टीमध्ये, पहिल्या साधूने कर्म तर केलं परंतु त्याच्या फलस्वरूप कोणत्याही प्रकारच्या बंधनात तो अडकला नाही. त्याने कर्मबंधन जागच्या जागीच मिटवलं. परंतु दुसरा साधू त्याच्या खांद्यांवर अजूनही कर्मफळांचा भार वाहत होता. विचार केला तर, आपणदेखील त्या दुसऱ्या साधूप्रमाणेच कर्मफळांचं, कर्मबंधनांचं ओझं घेऊन आयुष्यभर चालत राहतो. हे ओझं आपण उतरवून का नाही टाकत? हा खरोखरच मनन करण्यायोग्य प्रश्न आहे.

कळत-नकळत आपल्याकडून कर्मरेषा तयार होत असतील, तर आपल्या डोक्यावरचं करांचं ओझं हे वाढणारच. आपल्या कर्मांनुसार हा कर चांगल्या किंवा वाईट रूपात भरावा लागतो. आयुष्यात सगळं काही छान, सुरळीत, मनाप्रमाणे घडत असतं तेव्हा आपण आनंदी असतो. अशा वेळी कोणताही चुकीचा विचार करायला आपल्याला आवडत नाही. कर तर आपण तेव्हाही भरत असतोच, परंतु तो सुखाचा! त्यामुळे त्याचं वाईट वाटत नाही. पण लक्षात घ्या, सोन्याची बेडी असली, तरीही ती बेडीच आहे. साखळदंडच आहे. ती आपल्याला बंधनात बांधेल हे निश्चित.

त्यामुळेच ज्यांचं लक्ष्य मोक्षप्राप्ती, संपूर्ण मुक्तीचं आहे ते आपल्या डोक्यावर कोणत्याही कराचं ओझं बाळगणार नाहीत. प्रत्येक प्रकारचा कर भरून, त्यापासून मुक्त होऊन खऱ्या स्वातंत्र्याचा आनंद घेण्याची त्यांची इच्छा असेल.

याच दिशेने पुढे पाऊल टाकताना निसर्ग आपल्यापर्यंत कर कसा पोहोचवतो आणि तो कसा वसूल करून घेतो याबाबत आपण आणखी महत्त्वपूर्ण गोष्टी जाणणार आहोत.

कर्मबंधनांचं पार्सल

मनुष्य जेव्हा कर्मबंधन तयार करतो, तेव्हा निसर्ग त्याच्या कर्मांचं कररूपी पार्सल तयार करून स्वतःकडेच ठेवतो. मग तो ते पार्सल मनुष्याशी एका अदृश्य दोरीने (बंधनाने) बांधतो. जोपर्यंत ते पार्सल मनुष्यापर्यंत पोहोचत नाही आणि त्याचा कर भरला जात नाही, तोपर्यंत ते अदृश्य बंधन मोकळं होत नाही. **दोर जर कर्मबंधन आहे तर कर किंवा पार्सल कर्मफळ आहे.** प्रत्येक कर्माचं बंधन बांधलं जातं आणि त्याचं फळदेखील येतं. पार्सल मनुष्यापर्यंत केव्हा, कसं, कुठं पोहोचवायचं, हे निसर्गच ठरवतो. तो वेळोवेळी प्रत्येकाकडे त्याचं पार्सल पोहोचवत असतोच.

पार्सल कशीही असू शकतात. चांगली, वाईट, दुःखद भावना, अपशब्द, टाळी,

टीका, कौतुक, सफलता, असफलता, एखादी वस्तू, नोकरी किंवा व्यवसायासंबंधी... नाती, एकटेपणा, स्वास्थ्य किंवा आजारांच्या रूपात... स्तुती किंवा अज्ञान... पार्सल भावनेच्या स्तरावरदेखील येतात. उदाहरणार्थ, एखादं काम केल्यानंतर चांगलं वाटणं, वाईट काम केल्याने अपराध भावना निर्माण होणं इत्यादी. सांगण्याचं तात्पर्य, आपल्याला जीवनात जे काही प्राप्त होतं, ते म्हणजे निसर्गाकडून पाठवण्यात आलेलं प्रत्येकाचं पार्सल असतं.

निसर्ग माध्यमांद्वारा पार्सल पाठवतो

दुसरी महत्त्वपूर्ण बाब म्हणजे, हे पार्सल निसर्ग मनुष्यापर्यंत वेगवेगळ्या माध्यमांद्वारे पाठवतो. एखाद्या मनुष्याकडून, घटनेतून किंवा आणखी वेगळ्या प्रकाराने...

समजा, रस्त्यातून जाणाऱ्या माणसाने तुम्हाला शिवी दिली. अशा अनपेक्षितपणे घडलेल्या या घटनेमुळे तुम्ही त्याच्याबद्दल मनातल्या मनात भलंबुरं बोलू लागता. परंतु अशा वेळी समज ठेवा, की ती शिवी म्हणजे तुमचंच पार्सल होती. तुमच्याच एखाद्या मागच्या कर्मबंधनाचा, भावबीजाचा परिणाम होता जो निसर्गाने तुमच्यापर्यंत पार्सलच्या रूपात पोहोचवला. तो माणूस तर पार्सल पोहोचवणारा फक्त कुरिअरमॅन होता. पण ते पार्सल घेताना तुम्ही जी बडबड केली त्यातून आणखी एक नवीन कर्मरेषा ओढलीत, जी पुन्हा तुम्हाला पार्सल पाठवेल.

प्रत्येकाला स्वतःचंच पार्सल मिळतं, इतरांचं नाही.

तिसरी महत्त्वपूर्ण गोष्ट म्हणजे प्रत्येक मनुष्याला त्याच्याच कर्मबंधनांचं पार्सल मिळतं. जगातली कोणतीही शक्ती तुम्हाला चुकूनही दुसऱ्या कुणाचं पार्सल देऊ शकत नाही. हे तथ्य माहिती नसल्याने लोक आपल्या संकटांचं, अडीअडचणींचं खापर नेहमी इतरांच्या माथी फोडतात. जसं, ही गोष्ट मला लाभली नाही... तो माणूस माझ्यासाठी अनलकी आहे... तो माझ्या आयुष्यात आल्यापासून माझं वाईटच घडतंय... त्याने असं केलं नसतं तर माझ्याबाबतीत तसं घडलं नसतं... इत्यादी. परंतु सत्य फक्त हेच आहे, की तुम्हाला जे काही मिळतं, त्याचं कारण नकळत का होईना पण तुम्हीच असता.

तुमचं पार्सल तुम्ही स्वतःच बनवता

चौथी महत्त्वपूर्ण बाब म्हणजे, निसर्ग त्याच्या आवडी-निवडीनुसार किंवा इच्छा-अनिच्छेनुसार पार्सल बनवत नाही. कर्मबंधनांच्या रूपाने तुमचं पार्सल तुम्ही स्वतःच

तयार करून निसर्गाकडे जमा करता. जी नंतर तुमच्यापर्यंत पोहोचवली जातात. अज्ञानामुळे किंवा पार्सल सुपूर्त केल्यानंतर मध्ये खूप काळ लोटतो. त्यामुळे ते पार्सल कधी एके काळी तुम्हीच बांधून निसर्गाच्या हवाली केलं होतं, ही गोष्ट तुमच्या लक्षात राहत नाही. एखाद्या चांगल्या भावनेचं पार्सल कौतुक, प्रगती, प्रसिद्धी, धन इत्यादीच्या रूपात तुम्हाला मिळालं की त्याचं श्रेय ताबडतोब स्वतःकडेच घेता. परंतु चुकीचं किंवा वाईट भावनेचं पार्सल तुमच्यापर्यंत पोहोचतं तेव्हा हाच दृष्टिकोन बदलतो. तुम्हाला वाटतं, माझ्याबरोबर नेहमीच वाईट घडतं... यात माझी काही चूक नव्हती, तरीदेखील माझ्याच बाबतीत असं घडलं... माझं नशिबच वाईट आहे, समोरचा माणूस किती वाईट आहे... इत्यादी...

कर्मबंधनांबाबत जागरूकता आणि संवेदनशीलता असेल, तर एखादं पार्सल मिळाल्यानंतर ते स्वतःच्याच एखाद्या जुन्या कर्मबंधनाचं, भावबीजाचं अथवा प्रार्थनेचं फळ आहे हे कदाचित लक्षात येईल. प्रार्थना यासुद्धा भावबीज असतात.

क्षणोक्षणी बनणारं-उघडणारं पार्सल

दैनंदिन जीवनात आपण कित्येक माणसांना भेटतो. त्यांच्याबद्दल विचारही करतो. त्यांचे विचार करताना आपले भाव क्षणाक्षणाला बदलतात. कित्येकांना आपण डोक्यात कामयस्वरूपी स्थान दिलंय, त्यांच्याबद्दल वारंवार आपण चांगला किंवा वाईट विचार करतो. परिणामी या सगळ्या गोष्टींच्या फलस्वरूप आपण कितीतरी कर्मबंधनं ओढवून घेतो.

ऑफिसला जाताना ट्रॅफिकमध्ये अडकल्यावर कित्येकांना शिव्या देतो... बस उशिरा आली तर नको ते विचार करतो... बॉसने जास्तीचं काम दिल्यावर मनात चरफडतो... घरी जायला उशीर झाल्यावर बेचैन होतो... भाजीवाल्याने भाव वाढवताच त्याला सुनावतो... घरी आल्यानंतर बंद लिफ्ट पाहून तळपायाची आग मस्तकात जाते... संध्याकाळी मुलं होमवर्क न करता नुसती उंडरतात, तेव्हा त्यांना धाक दाखवतो... रात्रीच्या जेवणात मीठ थोडसं जास्त झाल्यावर पत्नीवर नाराज होतो...

विचार करा, एका दिवसात तुम्ही किती कर्मरेषा ओढता? किती कर्मबंधनं बांधता? या बंधनांतून तुमचं जीवन आत्तापर्यंत किती प्रभावित झालंय आणि पुढे किती होऊ शकतं? आता विचार करण्यासारखा प्रश्न हा आहे, की अशी एखादी युक्ती आहे का ज्यामुळे ही कर्मबंधनं तयारच होणार नाहीत?

कर्मबंधनं केव्हा तयार होत नाहीत*

मनुष्याचं शरीर हे मन आणि बुद्धियुक्त मशीन आहे. याच्याकडून कर्मंही होत राहणार, विचारदेखील यामध्ये सुरूच राहणार आणि भावनांची निर्मितीही होणारच. अर्थात मनुष्य त्याच्याबरोबर प्रत्येक क्षणी कर्मबंधनाच्या निर्मितीचं संपूर्ण साहित्य घेऊनच फिरत असतो. अशा अवस्थेत कर्मबंधनं तयार झाली नाहीत तरच नवल! तरीही अशी एक अवस्था निश्चितच आहे जिथे कर्मबंधन तयारच होत नाही. ती म्हणजे अकर्तेपणाची अवस्था. मनुष्य जेव्हा प्रत्येक कार्य अकर्ता भावनेने करतो, प्रत्येक घटनेकडे मात्र साक्षी होऊन पाहतो आणि साक्षी बनूनच उपस्थित राहतो, तेव्हा त्याच्याकडून घडणाऱ्या कर्माचं कोणतंच बंधन तयार होत नाही.

सुरुवातीला तुम्ही दोन साधूंची कथा वाचली. त्यात पहिल्या साधूने स्त्रीला घेऊन नदी पार करण्याचं कार्य अकर्ता भावनेने केलं होतं. त्यामुळे त्याने कर्म करूनदेखील कोणतंही कर्मबंधन तयार झालं नाही. परंतु दुसऱ्या साधूने कर्म न करताच मानसिक कर्मांमुळे बंधन तयार केलं.

मनुष्य खोटा मी (अहंकार) बनून विचार करतो, 'हे मी केलंय.' तेव्हा ताबडतोब त्याच्या कर्माचं बंधन तयार होतं. फलतः त्याच्या कर्मांचं बंधन (दोर) आणि फळ (कर) दोन्हीही तयार होतं. कुरुक्षेत्राच्या मैदानात श्रीकृष्णांनी अर्जुनाला त्याची गीता समजावून सांगितली. त्याला त्याची योग्य ओळख घडवून 'स्व'वर स्थापित केलं, स्थिर केलं. त्यातूनच त्याचा मोह, आसक्ती, संशय आणि दुःख दूर झालं. त्याच्या आत असणारा 'मी'चा भाव (व्यक्ती, अहंकार) नष्ट झाला. 'मी करत आहे' या कर्ताभावाचा त्याग करून, 'ईश्वरच कर्ता आहे आणि मी साक्षी आहे' या भावामध्ये तो स्थापित झाला. याच साक्षी भावात राहून युद्धही केलं.

सांगण्यासाठी त्याच्या हातून युद्धामध्ये अपरिमित हानी झाली, रक्तपात झाला. तरीदेखील त्याचं कर्मबंधन तयार झालं नाही. कारण अर्जुनाचं प्रत्येक कर्म हे अकर्म होतं. त्याचं शरीर मान्यता, कर्मबंधन यांच्यापासून मुक्त झालं होतं. त्या शरीरात कुणी करणारा कर्ता (अर्जुन) नव्हता, तर तिथेदेखील कृष्णच (सेल्फच) अभिव्यक्ती करत होता.

**कर्मबंधनं कधी बनत नाहीत, हे सविस्तर जाणण्यासाठी वाचा खंड ६, कर्मबंधनांपासून सुरक्षित क्षेत्र, पृष्ठ क्रमांक १४५*

तात्पर्य, अकर्ता भावामध्ये स्थापित झाल्यावर, कोणताही साप हा साप राहत नाही. साप आणि शिडी यांच्यातला भेदच नाहीसा होतो. अशा वेळी समोर येणारी घटना ही वरच्या स्तरावरच घेऊन जाते. अभिव्यक्तीसाठी सुसंधी बनते. परंतु अकर्ता भावामध्ये मनुष्याला जोपर्यंत स्थापित होता येत नाही, तोपर्यंत त्याची कर्मबंधनं तयार होत राहतात.

'कर्मबंधनांपासून मुक्त' अवस्थेसंबंधी पुस्तकाच्या अंतिम भागात सविस्तर माहिती दिली आहे. तसंच कर्मबंधनांपलीकडे जाण्याची कलाही तुम्हाला या भागात शिकायला मिळेल. परंतु त्याआधी भूतकाळ आणि वर्तमानातली कर्मबंधनं कशी नष्ट करायची, याविषयीची समज पुस्तकाच्या पुढील भागात तुम्हाला मिळणार आहे.

खंड - २

कर्मबंधनांपासून मुक्त होण्याचे उपाय

अध्याय-४

कर्मबंधनांपासून मुक्त होण्याचे तीन मंत्र

जे करतील तुम्हाला स्वतंत्र

मनुष्य-जीवनात सापशिडीचा म्हणजेच कर्मबंधनांचा खेळ हा अखंडपणे सुरू आहे. सापाला विकासाची शिडी कशी बनवायची, हे तुम्हाला शिकायचंय का? त्यासाठी फाशांची निवड करताना म्हणजे खेळाच्या प्रारंभीच पहिली पद्धत उपयुक्त ठरेल.

कोणतीही चाल खेळली तरी तुम्हीच जिंकाल. शिवाय तुमची कर्मबंधनंही नष्ट होतील असा फासा आहे, हे तुम्हाला माहिती आहे का? हा आहे तीन जादूचे शब्द लिहिलेला फासा! हा फासा तुम्ही निवडला तर या तीन जादूच्या शब्दांची ताकद तुमच्यासाठी एखाद्या शक्तिशाली मंत्राइतकीच प्रभावशाली ठरेल. ते उपयोगात आणल्याने तुमच्या आयुष्यात सुखद, आनंददायक आणि सकारात्मक परिवर्तन दिसू लागेल. कर्मबंधनं नाहीशी होतील. परिणामी तुम्ही उत्साही बनून मुक्त अवस्थेचा अनुभव घ्याल. हे सर्व वाचल्यानंतर जादूचे हे तीन शब्द - तीन मंत्र कोणते, त्यांचा वापर कसा करायचा, हे समजून घेण्यासाठी तुम्ही नक्कीच अधीर झाला असाल.

जादूचे हे तीन मंत्र म्हणजे –

- स्वीकार मंत्र
- क्षमा मंत्र
- जाऊ दे मंत्र

लहानपणापासून आपण एक गोष्ट ऐकत आलोय. 'तिळा तिळा दार उघड...' हे जादूई शब्द अलिबाबाने उच्चारताच त्याच्यासाठी खजिन्याने भरलेली गुहा उघडली. गोष्ट ऐकल्यानंतर, 'आपल्याकडेही असेच जादूचे शब्द असते तर... त्यांचा वापर करून आपल्यालाही खजिना मिळाला असता तर...' यांसारखे विचार आपल्याही मनात येऊन गेले होते. विश्वास ठेवा, तुमच्या या 'जर... तर...'ला वास्तवात बदलण्याची वेळ आता आली आहे. तसं पाहिल्यास आपल्या सगळ्यांमध्येच एक अलीबाबा दडलेला आहे. जो नेहमी सुख, शांती आणि आनंद यांच्या शोधात असतो. त्याच्याकडेही तीन जादुई शब्द आहेत. हे शब्द आपल्या अंतर्यामी असलेल्या खजिन्याच्या गुहेचं द्वार उघडतात.

'स्वीकार' मंत्राची जादू

या तीन जादुई शब्दांमधला पहिला शब्द आहे, 'स्वीकार!' या शब्दाचा उपयोग केल्याने आपण तो दरवाजा उघडू शकतो, जो आपल्यात संकुचित होऊन, आक्रसून बसला आहे. आपण जेव्हा सभोवतालची परिस्थिती आजूबाजूचे लोक आणि घटना स्वीकारू शकत नाही, तेव्हा फक्त तक्रारीच सुरू राहतात. 'तो असं म्हणाला... त्याने तसं केलं... केवढा मुसळधार पाऊस पडतोय... आता ट्रेन पकडता येणार नाही... बॉस खूप काम लादतो... पत्नी नेहमीच काही ना काही मागत राहते... मुलं त्रास देतात... शेजारी चांगले नाहीत... महागाई वाढलीय... तब्येत साथ देत नाही... लोकांना माझी किंमतच नाही... अशा अनंत तक्रारीच...!

जितक्या तक्रारी जास्त तितका अस्वीकार भाव अधिक. त्यामुळे कर्मबंधनांची संख्याही अधिकाधिक. परंतु मनुष्य ज्यावेळी कर्मबंधनांबाबत सजग होतो, कर्मफळाच्या विज्ञानाची समज मिळवतो, त्यावेळी कर्मबंधनांकडे पाहण्याची त्याची दृष्टी बदलते. 'माझ्याकडे येणारी प्रत्येक गोष्ट ही माझंच पार्सल आहे. हा कर मलाच भरावा लागणार आहे' असा स्वीकारभाव त्याच्यात येतो.

आपले विचार, प्रार्थना, प्रतिकर्मं तसंच भावनांमुळे (फिलिंग्ज) आपल्या

सर्व चांगल्या-वाईट कर्मरेषा तयार होतात. म्हणूनच सर्व प्रकारच्या कर्मबंधनांचं पार्सल आपण शालीनतापूर्वक (ग्रेसफुली), धन्यवाद आणि स्वीकार भावनेने ग्रहण करायला हवं. त्यावर पुन्हा कोणतीही प्रतिक्रिया करता कामा नये. तसंच मनातल्या मनात बडबडही करू नये. अशा प्रकारे आपण ती कर्मबंधनं त्वरित विलीन करून त्यातून मुक्त होऊ शकतो.

याउलट, आपण जर अपशब्दांच्या बदल्यात अपशब्दच वापरले किंवा मनातल्या मनात बडबड केली तर खात्रीने पुढची कर्मरेषा ओढतो. या नवीन बंधनाचं पार्सलही आपल्यापर्यंत कुणाच्या तरी मार्फत पोहोचणार हे नक्की. म्हणूनच येणारं प्रत्येक पार्सल स्वीकार भावनेने घ्या. त्यावर कोणतंही प्रतिकर्म करू नका, चुकीचं भावबीज पेरू नका. यातून निसर्गाकडे असणारं कर्मबंधनांचं अकाउंट तुम्ही हळूहळू सेटल करता. त्याचबरोबर देण्या-घेण्याच्या चक्रातून बाहेर पडून, मुक्तीच्या दिशेने अग्रेसर होता. अन्यथा तुम्ही स्वतःच तुमचं पार्सल बनवून निसर्गाला द्याल आणि तो वेळोवेळी तुम्हाला परत देईल. अशा प्रकारे हे चक्र सुरूच राहील.

नकारात्मक पार्सलसोबत स्वीकार भाव

तुमच्याकडे आलेलं पार्सल उघडल्यानंतर जर तुमच्यात क्रोध, दुःख, निराशा, चिंता इत्यादी नकारात्मक भावना निर्माण झाल्या, तर स्वतःला काही गोष्टींची आठवण करून द्या.

पहिली गोष्ट – स्वतःला सांगा, आलेली नकारात्मक भावना क्षणभंगूर आहे. ती कायमस्वरूपी नाही. थोड्या वेळातच ती निघून जाईल आणि नष्ट होईल.

दुसरी गोष्ट – ही भावना माझ्या शरीरासोबत जोडलेली आहे. 'मी' या भावनेपासून पूर्णतः मुक्त आहे, मी शरीर नाही.

तिसरी गोष्ट – ही माझीच ठेव होती, जी मला आज मिळाली. आता जमाखर्च समसमान झाला.

या तीन सत्य बाबी स्वतःला सांगून आलेल्या दुःखाचा स्वीकार करून तुम्ही ताबडतोब मुक्त होता. त्याचबरोबर त्या कर्मरेषादेखील लगेचच नष्ट करता.

प्रत्येक परिस्थितीमध्ये स्वीकार भाव कायम कसा ठेवायचा, हे एका कहाणीद्वारे समजून घेऊया.

गौतमी नावाची एक ब्राह्मण स्त्री होती. ती आपल्या मुलाबरोबर घनदाट अरण्यात राहायची. एके दिवशी तिच्या मुलाचा पाय चुकून एका सापाच्या शेपटीवर पडला. त्यामुळे सापाने त्याला दंश केला. तो साप विषारी होता. सर्पदंशामुळे तिच्या मुलाचा जागच्या जागीच मृत्यू झाला. गावकरी गौतमीच्या मुलाला शोधण्यासाठी अरण्यात गेले असताना तो मृतावस्थेत आढळला. लोक तिच्या मुलाचं शव घेऊन आले. शिवाय त्याला दंश करणाऱ्या सापालाही पकडून गौतमीकडे आणलं. आपल्या मृत मुलाला पाहून तिला शोक अनावर झाला. लोकांना तिचं दुःख पाहवेना. लोक म्हणाले, ''त्या सापाला आपण मारून टाकूया.''

यावर गौतमीने आपला शोक आवरला आणि म्हणाली, ''त्याला मारू नका. तोदेखील कुणाचा तरी मुलगा असेल. त्याला मारलं, तर त्याच्या आईलादेखील खूप दुःख होईल.''

त्यावर संतप्त गावकरी म्हणाले, ''तो विषारी साप आहे आणि त्याने तुझ्या मुलाचा जीव घेतलाय.'' त्यावर गौतमीचं उत्तर होतं, ''त्याच्यामध्ये विष आहे हा त्याचा दोष नाही. निसर्गानेच त्याला तसं घडवलंय. त्याच्या जीवाला धोका निर्माण झाल्याने त्याने स्वतःचं रक्षण केलं. हा तर त्याचा नैसर्गिक स्वभाव आहे. यासाठी त्याला दोषी ठरवता येणार नाही.''

गौतमीने पूर्ण वास्तव अत्यंत निष्पक्षपणे बघितलं आणि तिचा स्वीकार केला, हे या गोष्टीतून स्पष्टपणे समोर येतं.

'क्षमा' मंत्राची जादू

समजा, तुमच्या एखाद्या नातलगाने तुम्हाला पत्र लिहिलं. त्यात तुमच्याविषयी खूप उलट-सुलट लिहिलं. 'तुम्ही अत्यंत घमेंडी आहात, तुम्हाला बोलण्याची पद्धत नाही... त्या दिवशी तुम्ही मला कमी लेखण्याची गरज नव्हती, तुम्ही अत्यंत कृतघ्न आहात...' वगैरे वगैरे. त्या पत्रात तुमची अत्यंत निंदानालस्ती केली आहे. स्वतःबद्दल अशा गोष्टी वाचून तुम्हाला कसं वाटेल? नक्कीच दुःख होईल, रागदेखील येईल. 'भेटू तर दे एकदा... मग दाखवतो त्याला... मी कोण आहे हे चांगलंच सांगेन...' अशी मनातल्या मनात बडबड करत असंख्य कर्मबंधनांची निर्मितीही होईल.

पण याच पत्रात शेवटी त्या माणसाने लिहिलं असेल, की 'तू वाईट माणूस नाहीस हे

मला माहितीय. कितीतरी चांगल्या गोष्टीही तुझ्यामध्ये आहेत. पण माझ्या मनात तुझ्याबद्दल थोडाफार राग होता. या पत्राच्या माध्यमातून मी सगळा तिरस्कार व्यक्त केला. माझ्या या कृतीसाठी कृपया मला क्षमा कर.' आता हे वाचून तुम्हाला काय वाटेल? अचानक थोडं हायसं वाटू लागेल, कर्मरेषा तयार होणं थांबेल. काही वेळापूर्वी दुःखामुळे, जणूकाही आतमध्ये जखम झाली होती. पण नंतरच्या चार शब्दांनी त्याच जखमेवर मलमपट्टी केली.

झालेली जखम ताबडतोब भरेल असं नाही. आधीच्या शब्दांनी घाव तर बसला आहेच. कर्मरेषाही तयार झाल्या आहेत. परंतु 'क्षमा कर' हे वाचताच, मलम लागलं गेलं. त्याचबरोबर कर्मबंधनांची पकड ढिली होऊ लागली. शेवटच्या शब्दांच्या प्रभावामुळे कर्मरेषा ओढणाऱ्या एखाद्या वेगवान गाडीसमोर जणू स्पीडब्रेकरच आला. हीच आहे 'क्षमा' शब्दाची जादू.

कर्मबंधनांबाबत सजगता असेल, तर पत्र वाचणारा हा पत्र पाठवणाऱ्याला नक्कीच क्षमा करेल. शिवाय स्वतःकडून तयार झालेल्या कर्मबंधनांसाठीही त्याची माफी मागेल. कारण ते पत्र म्हणजे त्याचंच पार्सल आहे, हे आता त्याला समजलंय. पार्सल निसर्गाकडून आलंय, देणारा माणूस तर निमित्त मात्र आहे. त्याला भलंबुरं बोलून तो स्वतःसाठीच बंधन बांधतोय. त्यामुळे तो दोघांसाठी (स्वतःसाठी आणि त्या माणसासाठी) क्षमा मागेल. क्षमा मागून, त्या घटनेला 'जाऊ दे...' म्हणत त्या घटनेपासून अनासक्त होत कर्मबंधन पूर्णपणे नष्ट करून त्यापासून मुक्त होईल.

'जाऊ दे' मंत्राची जादू

वाहणारं पाणी हेच शुद्ध, स्वच्छ असतं. वाहत्या पाण्याचा प्रवाह थांबला, एकाच जागी ते साठू लागलं तर हळूहळू त्याची शुद्धता संपते. त्याच्यावर शेवाळं जमू लागतं. ते दूषित होऊन आरोग्यासाठी हानिकारक ठरतं. हीच बाब विचारांच्या धारांबाबतही लागू होते. जी गोष्ट विचारांमध्ये अडकते, ती संपूर्ण धारा दूषित करते.

तेव्हा आपण मनात कोणकोणत्या गोष्टी धरून ठेवल्या आहेत हे सजगतेने ओळखा. 'तो असं म्हणाला... त्याने असं केलं... त्याने तसं केलं... मलाच का बोलला.. मी कधीही विसरणार नाही.. मी त्याला कधीही माफ करणार नाही... मी त्याचा बदला घेईन...' असे विचार आपल्या आतमध्ये अडथळा निर्माण करतात. कर्मबंधनांच्या बाधांमुळे जे पार्सल येतं, ते असं- वाईट भावना, मानसिक व शारीरिक आजार आणि नात्यांमध्ये कटूता.

अशा कर्मबंधनांपासून मनुष्य तेव्हाच मुक्त होऊ शकतो, जेव्हा जे आलंय ते स्वीकारलं,

क्षमा केली आणि नंतर ते जाऊ दिलं. म्हणूनच कर्मबंधनांवर वारंवार विचार करून ते थोपवून ठेऊ नका. कारण ज्या गोष्टींकडे सातत्याने लक्ष दिलं जातं त्या कायमस्वरूपी टिकतात. त्यामुळे जे काही घडतंय त्याचा स्वीकार करा, लगेच क्षमा करा आणि क्षमा मागा. साचलेलं सर्व जाऊ द्या... वाहू द्या... फ्री-फ्लोबरोबर निघून जाऊ द्या...

स्वीकार आणि क्षमा मंत्राबरोबर 'जाऊ दे' या तिसऱ्या जादुई शब्दाचा वापर तुम्हाला वेगळाच अनुभव देईल. आतापर्यंत आतल्या आत काही अडकत होतं, ते निघून जातंय... सगळं काही सहज सरळ झालंय... हे तुम्हाला जाणवेल. त्यानंतर आपोआपच तुम्ही तणावमुक्त होऊन आपल्या लक्ष्याच्या दिशेने एक पाऊल पुढे टाकाल.

तीनही मंत्र बनावेत आयुष्यातील अविभाज्य भाग

'क्षमा, स्वीकार आणि जाऊ दे' या तीनही मंत्रांना आयुष्यात सर्वोच्च स्थान द्यायला हवं. प्रत्येक पाऊल या मंत्रांसोबतच पडायला हवं. ज्यामुळे कोणतंही नवीन कर्मबंधन तयार होणार नाही आणि जुन्या कर्मरेषा कमी कमी होत जाऊन विलीन होतील. हे तिन्ही जादुई मंत्र कायमस्वरूपी ध्यानात ठेवा. लोक आपल्या वाहनांवर, दारावर कितीतरी स्लोगन लावतात... वेगवेगळी नावं लिहितात. शरीरावर असंख्य टॅटू बनवतात. पण यामुळे त्यांच्या जीवनात कोणताही बदल घडत नाही. कोणतंही कर्मबंधन नष्ट होत नाही. म्हणून लिहायचंच असेल तर, 'क्षमा, स्वीकार, जाऊ दे' हे लिहा. कारण याकडे लक्ष जाताच तुम्ही जागरूक व्हाल. कर्मबंधनं बांधली जात असतील, तर ताबडतोब सजगता येईल. वाहनांच्या पाठीमागे लिहिलं तर तुमच्या मागून येणाऱ्या वाहनांमध्ये असलेल्या लोकांचंदेखील भलं होईल. ट्रॅफिकमध्ये तुमची गाडी थांबलेली असताना मागचादेखील चिडचिड करण्याऐवजी वाचेल, 'क्षमा करा... स्वीकार करा... जाऊ द्या...' या तीन मंत्रांसह केलेली साधना आणि तिचे परिणाम पाहून तुम्ही आश्चर्यचकित व्हाल. या त्रिमंत्रांच्या शक्तीमुळे आयुष्यातील सगळ्या समस्या सुटतील. तुम्ही आनंदरूपी सागरात तरंगत राहाल.

संत कबीर, भगवान बुद्ध, जिझस यांसारख्या सर्व संतमहात्म्यांची शिकवण एकच होती, 'क्षमा करा, कुणाबद्दलही मनात काहीही वाईट विचार बाळगू नका.' लहानपणापासूनच मनुष्य अशा गोष्टी वाचत-ऐकत असतो, तरीदेखील त्याचं सार जीवनात पूर्णपणे उतरवू शकत नाही. कारण क्षमा साधनेचं संपूर्ण ज्ञान त्याला अवगत नसतं. त्याची आवश्यकता आणि महत्त्व त्याला माहीत नसतं. परंतु एकदा का तुम्ही क्षमा साधनेसंबंधी सखोल ज्ञान मिळवलं, तर 'क्षमा साधना' करणं ही दैनंदिन आयुष्यातली सर्वप्रथम गरज वाटेल. पुढील काही अध्यायांमध्ये या विषयाचं ज्ञान, समज तुम्हाला मिळणार आहे.

अध्याय-५

क्षमा साधनेची समज

कचरा बनला कचोरी

इथे तुमच्यासाठी काही प्रश्न आहेत. वाचन पुढे सुरू ठेवण्यापूर्वी या प्रश्नांवर मनन करा-

तुमच्या दृष्टीने क्षमा किंवा माफी मागणं म्हणजे काय?

क्षमेबद्दल तुमच्या कोणकोणत्या धारणा आहेत?

तुम्ही क्षमा केव्हा मागता?

क्षमा कशी मागता?

कोणाची क्षमा मागता?

सामान्यतः रोजच्या आयुष्यात चुकीचं काही घडलं तर 'सॉरी' म्हटलं जातं. सॉरी शब्दाचा अर्थ आहे - क्षमा किंवा माफी. एखाद्याला धक्का लागला तर सॉरी म्हणून आपण पुढे निघून जातो. वेळेवर पोहोचलो नाही तर सॉरी म्हणून कामाला सुरुवात करतो. एखाद्याचं म्हणणं नीट समजलं नाही तर सॉरी म्हणतो. तोंडातून काही चुकीचं बोललं गेलं तर सॉरी म्हणतो. खरंतर अशा कोणत्याही प्रसंगी, 'आय ॲम सॉरी' किंवा 'कृपया मला क्षमा करा' अशा पूर्ण वाक्यात माफी मागायला हवी. परंतु आज ही कृती इतकी यांत्रिक, मेकॅनिकल झालीय, की आपण संपूर्ण वाक्याऐवजी फक्त सॉरी म्हणून

विषय संपवतो. सवयीने येणारा हा शब्द फक्त तोंडावाटे बाहेर पडतो. त्यामध्ये कोणतेही भाव नसतात. म्हणूनच तो समोरच्या माणसाच्या अंतःकरणावर प्रभाव पाडू शकत नाही.

वास्तविक 'क्षमा' मागणं म्हणजे 'सॉरी' म्हणणं. परंतु हा शब्द केवळ वरकरणी म्हटला जाणारा शब्द नसून हे आंतरिक भाव-बीज आहे. याचा आयाम अत्यंत सखोल आणि विस्तृत आहे.

क्षमा साधनेचा योग्य अर्थ

संपूर्ण जागृतीसह आणि भावनेसह, फिलिंग्जसह सजगतेने क्षमा मागितली जाते किंवा केली जाते, तेव्हा ती खरी क्षमा साधना असते. क्षमा साधना ही 'स्वीकार, क्षमा आणि जाऊ दे' या तीन मंत्रांच्या साहाय्याने केली जाते. सर्वप्रथम जे काही घडलंय त्याचा स्वीकार केला जातो. त्या घटनेमध्ये तयार झालेल्या कर्मबंधनांबाबत सावध किंवा जागृत होऊन क्षमा मागितली किंवा केली जाते. त्यानंतर ती घटना मनातून, भावनेतून मुक्त केली जाते. अर्थात तुम्ही त्या गोष्टीवर दुसऱ्यांदा चिंतन किंवा आंतरिक बडबड करत नाही. जे काही घडलंय ते पुढच्या क्षणी विसरून, समोरच्या माणसाशी काहीही चुकीचं न घडल्यासारखं निर्मळ, स्वच्छपणे वागता.

चला तर, संपूर्ण जागृती आणि सजगतेसह क्षमा साधना समजून घेऊया.

- समजा, तुमच्याकडून एखादी चूक झाली. त्याची तुम्हाला पुरेपूर जाणीवही आहे. त्याचबरोबर या कर्माच्या फलस्वरूपात तयार झालेली कर्मरेषाही तुम्हाला स्पष्ट जाणवत असते. या एका चुकीच्या गोष्टीमुळे तुम्ही स्वतःसाठीच बंधन बांधत आहात, जे पुढे जाऊन तुम्हालाच भोगावं लागणार आहे हेदेखील तुम्हाला माहीत आहे. अशा वेळी क्षमा साधना करा.

- समजा, चूक समोरच्या माणसाची आहे. परंतु तुमच्यामध्ये ही समज आहे, की तुमचंच एखादं जुनं पार्सल घेऊन तो माणूस आलाय. त्यामुळे त्याला दोष न देता स्वीकार भावनेने तुम्ही पार्सल घ्याल. अशा वेळी जर मनाने क्षणिक बडबड केली तर ते कर्मबंधन आहे हे ओळखून त्वरित क्षमा मागा.

- एखाद्याला क्षमा करून किंवा मागून तुम्ही त्याच्यावर नव्हे, तर स्वतःवरच उपकार करत असता. स्वतःच्या मुक्तीसाठी, स्वतःचीच बंधनं मोकळी करण्यासाठी हे सर्व चाललंय याची समजही तुम्हाला असते. तुम्ही जर स्वतःवर, स्वतःच्या मुक्तीवर प्रेम करत असाल, तर क्षमा साधना अवश्य करायला हवी.

- घडलेलं कर्म किंवा चूक कुणाकडून झालीय आणि कुणाच्या बाबतीत घडलीय याची जाणीव तुम्हाला असते. तुम्हाला माहीत आहे, की समोरचा कुणीही असला तरी त्याच्या अंतर्यामी तीच एकमात्र सर्वोच्च चेतना (युनिव्हर्सल सेल्फ) आहे. तुमच्याकडून कळत-नकळत जे काही घडलंय ते सर्वोच्च चेतनेबरोबर घडलं आहे. ही जागृती तुमच्यामध्ये निर्माण झाली असेल, तर तुम्हाला कुणालाही क्षमा मागण्याची लाज वाटणार नाही आणि कुणालाही क्षमा करताना तुमचा अहंकार किंवा क्रोध आड येणार नाही.

'क्षमा-साधना' ही खरंतर अनुभवण्याची बाब आहे. आतून येणारी रिक्तता, कर्मबंधनांपासून मिळणारी मुक्तता अनुभवताना तुम्हालाच प्रसन्न आणि शांत वाटेल. मनावर कोणतंही ओझं किंवा ताण जाणवणार नाही. अन्यथा कर्मबंधनांचा विळखा जितका जास्त तितका तणाव आणि चिडचिड सुरू राहतेच.

रिक्त होण्याची ताकद अनुभवल्यानंतर, त्या अवस्थेवर प्रेम जडल्यावर, कर्मबंधनांमुळे येणारा थोडा ताणही नकोसा वाटेल. त्यानंतर क्षमा साधनेचा प्रारंभ खऱ्या अर्थाने तुम्ही आपोआपच सुरू कराल.

क्षमा साधनेद्वारे, कचरा बनला कचोरी

एक साधू रोज ठरावीक वेळी एका गल्लीतून जात असे. त्या गल्लीतल्या एका घराच्या बाल्कनीतून साधूच्या अंगावर दररोज कचरा पडत असे. त्यावर साधू कोणताही प्रतिसाद न देता शांतपणे निघून जात असे. एक बाई त्या साधूवर संतापून, चिडून असं वागत असे. त्या बाईचं क्रोधित होणं आणि साधूचं शांत राहणं यात दोघांकडूनही कधीच खंड पडला नाही.

त्या महिलेच्या कटकटीला कंटाळून तिचा मुलगा आणि सून दुसरीकडे राहायला गेले. त्यामुळे त्या घरात ती स्त्री एकटीच राहत असे. एके दिवशी साधू त्या महिलेच्या घराखालून जात असताना वरून त्यांच्या अंगावर कचरा पडला नाही. दुसऱ्या दिवशीही असंच घडलं. आता साधूला शंका आली, 'दोन दिवस झाले तरी कचरा का पडला नाही, त्या महिलेला काही झालं तर नसेल ना?' अशी शंका येऊन साधू त्या महिलेच्या घरी गेले. त्यांनी बघितलं, ती महिला खरोखरच खूप आजारी आणि असहाय्य अवस्थेत होती.

साधूने डॉक्टरांना बोलावून तिच्यावर औषधोपचार केले. तिची काळजी

घेतली. दोन-तीन दिवसांत ती महिला बरी झाली. त्यानंतर जेव्हा ते साधू रोजच्यासारखे त्या रस्त्याने - त्या महिलेच्या घराखालून जात होते, तेव्हा ती खाली आली आणि तिने साधूंची क्षमा मागितली. यावर साधू म्हणाले, **"मी तर पहिल्या दिवशीच क्षमा केली होती, तुमच्यापर्यंत ती आज पोहोचली इतकंच."** हे ऐकून त्या महिलेने अंतःकरणापासून त्यांचे आभार मानले. साधू आपल्या नियमानुसार दुसऱ्या दिवशी तिथून चालले होते. त्या वेळी महिलेने साधूंसाठी कचोरी बनवून आणली. साधूंनी तिचा प्रेमपूर्वक स्वीकार केला आणि ते तिथून पुढे गेले.

साधूंच्या क्षमा साधनेमुळे कचरा कशा प्रकारे कचोरीमध्ये बदलला हे प्रस्तुत कथेत तुम्ही बघितलं. साधूंच्या अंगावर जेव्हा जेव्हा कचरा पडायचा, तेव्हा ते स्वतःचंच पार्सल समजून स्वीकारायचे. 'हे माझ्याच अंगावर पडतंय त्याअर्थी माझंच पार्सल आहे' हा दृढ विश्वास त्यांना होता. त्यामुळे मनातल्या मनात ते कोणतीही बडबड न करता त्या महिलेला आतल्या आत क्षमा करून, धन्यवाद देऊन पुढे जायचे. मात्र, वेळ येताच त्या महिलेच्या वर्तणुकीचा जराही विचार न करता तिच्या मदतीला ते धावून गेले. कारण तिच्याबद्दल कोणताही नकारात्मक विचार त्यांनी मनात येऊच दिला नव्हता. इकडे कर्मबंधन तयार होत होतं, तिकडे क्षमा साधनेने मिटवलं जात होतं.

साधूंनी केलेल्या क्षमा साधनेमुळे त्या महिलेबरोबर ते उदार अंतःकरणाने वागू शकले. ज्यामुळे महिलेलादेखील तिच्या वागण्याचा पश्चात्ताप झाला. शिवाय तिनेही त्यांची क्षमा मागितली. अशा प्रकारे कचरा कचोरीमध्ये बदलला. परंतु साधूने आपली साधना निरंतरतेने सुरूच ठेवली. कचऱ्याप्रमाणे कचोरीदेखील स्वीकार भावनेने घेतली पण त्यात ते अडकले नाहीत. अर्थात एखाद्या दिवशी कचोरी मिळाली नाही तरीदेखील मनात बडबड झाली नाही. कचरादेखील स्वीकार आणि कचोरीचीही आसक्ती नाही. अशा प्रकारे क्षमा साधनाद्वारे तो साधू कर्मबंधनांपासून अलिप्त राहिला.

सापाच्या शेपटीवरच क्षमा-डस्टर फिरवा

गोष्टीमध्ये साधूच्या जीवनात कचरा टाकणारी एक स्त्री होती. तुमच्या आयुष्यावर मनन केलं तर लक्षात येईल, की तुमच्याही जीवनात अशी काही माणसं असतील, जी कोणत्या ना कोणत्या प्रकारचा कचरा (वाईट भावनेचं पार्सल) तुमच्यावर सतत फेकतात. कितीही सांभाळून चाललं तरी कुठून तरी एखादा शिंतोडा उडतोच. उदाहरणार्थ, एखाद्याच्या चुकीच्या ड्रायव्हिंगमुळे ट्रॅफिक जाम होतं... ऑफिसमध्ये पोहोचायला उशीर

झाला तर बॉस दहा गोष्टी ऐकवतो... तुम्ही येईपर्यंत तुमच्या हाताखालचे कर्मचारी काम सुरू करत नाहीत... बाहेर जाताना कपड्यांना इस्त्री करायला घेतल्यावर लाइट जाते... शेजारी बघावं तेव्हा त्रास देतात, तुमच्या पार्किंगसमोर चुकीच्या पद्धतीने गाडी पार्क करतात... सांगण्याचा अर्थ, कचरा काहीही असू शकतो आणि कुठूनही येऊ शकतो.

तुमच्यावर जेव्हा असा कचरा पडेल, तेव्हा त्या साधूचा प्रतिसाद आठवा. संपूर्ण समजेसह क्षमा साधना केली तर कचरा कचोरी बनेल. तुमच्यात अंतर्बाह्य बदल घडेल. त्यानंतर तुमच्या शांत राहण्याचं, प्रसन्न हास्याचं, कधीही न रागवण्याचं आश्चर्यच इतरांना वाटेल. तुमची शांत मनोवृत्ती इतरांना तुमच्या वागण्यावर विचार करायला भाग पाडेल. त्यानंतर भलेही ते कुणावरही कचरा फेकू देत, मात्र तुमच्यावर टाकणार नाहीत.

तिरस्कार, क्रोध, ग्लानी किंवा अपराधबोधाचा कचरा आला, मनामध्ये भावनांची उलथापालथ झाली, बडबड सुरू झाली तर सापाची (कर्मबंधनाची) शेपटी तयार होत आहे असं समजा. वेळीच त्या शेपटीवर साधूने फिरवला तसा क्षमा–डस्टर फिरवा. भला मोठा साप तयार होऊ देऊ नका. समोरच्या माणसाच्या मनात तुमच्याबद्दल काहीही विचार असला तरी तुम्हाला तिरस्काराशिवाय, द्वेषाशिवाय, भाव न बदलता तुमचा प्रतिसाद सुरूच ठेवायचा आहे. या अगोदर तुमचा प्रतिसाद कसाही असला, तरी आता जीवनात नवीन पाऊल उचलून त्याचा आनंददेखील घ्या.

'क्षमा' हा अतिशय छोटा शब्द असला, तरी तो अत्यंत व्यापक आहे. पुढील अध्यायात क्षमेबद्दल अधिक सखोल ज्ञान तुम्हाला मिळणार आहे.

अध्याय-६

क्षमा काय आहे, काय नाही

एका 'क्षमे'ची विविध नावं

मागील अध्यायाच्या आरंभी तुम्हाला काही मनन प्रश्न विचारले. ज्यामध्ये एक होता 'क्षमा'. क्षमेसंबंधी तुमच्या कोणकोणत्या समजुती आहेत? क्षमा हा खरोखरच आवश्यक असा गुण वाटतो का? एखाद्याची माफी मागणं म्हणजे बळजबरीचा रामराम करणं किंवा स्वतःचा दुबळेपणा असं तर वाटत नाही ना... क्षमा साधनेचा योग्य अर्थ आणि महत्त्व लक्षात आल्यानंतर आता क्षमेला पुढीलप्रकारेही संबोधता येईल.

- क्षमा म्हणजे **मोक्षाचं द्वार**. कारण ती तुम्हाला कर्मबंधनांपासून मुक्त करून शुद्ध, निर्मळ आणि अकंप (दृढ) बनवते. तुम्हाला आत्मसाक्षात्कारासाठी तयार करते.

- क्षमा **ईश्वरीय गुण** आहे, सेल्फचा, ईश्वराचा मूळ स्वभाव आहे. आपल्या मूळ स्वभावाचा विसर पडल्याने आपण क्रोध, तिरस्कार, चिंता, तणाव, मानसिक बडबड यांसारख्या विकारांनी घेरले जातो. क्षमेचा सूर्य प्रकाशित होताच हे सगळे विकारदेखील भस्मसात होतात.

- क्षमा **साहस** आहे. एखाद्याला शिक्षा करणं, प्रतिहल्ला करणं सोपं आहे. परंतु त्याच्या चुकीला क्षमा करून, ती मनातून काढून टाकणं हे साहसाचं काम आहे. आपली चूक झाल्यावर घाबरणं किंवा गप्प राहणं सोपं असतं. परंतु अहंकार बाजूला सारून आपल्या चुकांचा स्वीकार करून, अंतःकरणापासून माफी मागणं खरोखरच साहसाचं काम आहे. संस्कृतमध्ये एक वचन आहे, 'क्षमा वीरस्य:

भूषणम्' अर्थात क्षमा हा शूरवीरांचा अलंकार आहे. शिक्षा देण्यास सक्षम असणारी व्यक्ती शिक्षा न देता क्षमेची निवड करते, त्यावेळी निश्चितच ही शौर्य आणि साहसाची निशाणी असते.

- क्षमा **आनंदाचा स्रोत** आहे. क्षमावान मनुष्य नेहमी आनंदी राहतो. कारण तो स्वतःच्या खांद्यांवर कोणतंही ओझं वागवत नाही. प्रत्येक परिस्थितीत त्याचा स्वीकारभाव कायम असतो. तसंच कोणत्याही घटनेशी तो आसक्तही नसतो. म्हणूनच त्याच्या मनात कोणताही क्लेश किंवा समस्या जन्म घेत नाही. औदार्य, करुणा, संयम आणि आनंदी असं जीवन तो जगतो.

- क्षमा **जागृती** आहे. क्षमेसंबंधी पूर्ण समज प्राप्त झाल्यानंतर मनुष्य आपली कर्मबंधनं आणि पार्सल यांच्याबाबत जागृत होतो. भाव बीज पेरून, प्रार्थना करत तो सजग राहतो. जागृतीमध्ये त्याच्याकडून कर्मबंधनं निर्माण होत नाहीत. समजा झाली तर ती ताबडतोब नाहीशी केली जातात. अशा प्रकारे तो संपूर्ण आयुष्य पूर्ण जागृतीने जगतो.

- क्षमा **जबाबदारी** आहे. आपल्याला हे ठाऊक आहे, की सर्वांच्या विचारांचा आणि कर्मबंधनांचा एकत्रित परिणाम हा संपूर्ण ब्रह्मांडावर (युनिव्हर्सवर) होत असतो. जगामध्ये कुठंही काही चुकीचं घडत असेल, संकट येणार असेल तर आपलाही थोडाफार हातभार असतोच, हे लक्षात घ्या. हे समजून घेतल्यावर क्षमा साधना करणं ही आपली जबाबदारी बनते. क्षमेद्वारे आपण सेल्फवर म्हणजे ईश्वरावर असलेला आणि पृथ्वीवरचा कर्मबंधनांचा भार हलका करू शकतो. आज कित्येकांना ही आपली जबाबदारी वाटते. त्यातूनच ते संपूर्ण विश्वात शांतता नांदावी, सर्वांचं कल्याण व्हावं यासाठी प्रार्थना तसंच क्षमासाधना करत आहेत.

- क्षमा **भक्ती** आहे. क्षमा मनुष्याला प्रत्येकात एकाच ईश्वराला पाहायला शिकवते. ती मनुष्याला कर्ता-भावनेऐवजी अकर्ता भावनेत घेऊन जाते. त्याला कर्मबंधनांपासून मुक्त करून, आत्मसाक्षात्कारासाठी तयार करते. अशा प्रकारे क्षमा भक्तीचंच एक रूप आहे. क्षमेच्या महानतेचं वर्णन करताना संत कबीरदास परम चैतन्याला (सेल्फ) उद्देशून म्हणतात –

जहाँ दया तहं धर्म है, जहाँ लोभ तहं पाप,
जहाँ क्रोध तहं काल है, जहाँ क्षमा तहं आप।

याचाच अर्थ, दया असता धर्म आहे, लोभ तेथे पाप, क्रोध असता काळ आहे, क्षमा ईश-निवास।

अर्थात, ज्या हृदयांकडून क्षमा साधना घडते, तिथे तुमचं (सेल्फचं) वास्तव्य आहे.

- क्षमा **प्रेम** आहे. आपण जेव्हा स्वतःची जबाबदारी स्वतः घेतो, स्वतःवर प्रेम करू लागतो तेव्हा क्षमा साधनेला आरंभ करतो. आपली कर्मबंधनं समाप्त करून शरीर आणि मन उत्तम ठेवण्याचा प्रयत्न करतो. आपण जेव्हा इतरांवर निःस्वार्थ प्रेम करू लागतो तेव्हा त्यांना क्षमा करून, त्यांच्यासाठी क्षमा मागून त्यांची कर्मबंधनंदेखील नष्ट करतो. कारण आपल्याला मिळणाऱ्या मुक्तीचा आनंद इतरांनाही लाभावा या प्रांजळ इच्छेपोटी आपण असं करतो.
- क्षमा **नात्यांचं खत** आहे. पिकांच्या चांगल्या वाढीसाठी, ती फुलण्या-फळण्यासाठी खतांची जी भूमिका असते तेच काम नात्यांमध्ये 'क्षमा-साधना' करते. 'स्वीकार, क्षमा आणि जाऊ दे' मंत्रांसोबत नाती योग्य प्रकारे वृद्धिंगत होतात. टिकाऊ आणि स्वस्थ राहतात. त्यांची गोडी आणि सद्भावना कायम राहते.

क्षमा काय नाही

काहींचा क्षमा करण्याऐवजी सूड घेण्यावर जास्त विश्वास असतो. त्यांच्या मते क्षमा म्हणजे भेकडपणा किंवा कमकुवतपणा असतो. आपल्यापेक्षा दुबळ्या माणसांना ते सहज नमवतात. परंतु आपल्यापेक्षा बलवान असणाऱ्या आणि त्यांच्या केसालाही धक्का लावू न शकणाऱ्या माणसांची क्षमा मागण्याचा ते दिखावा करतात. परंतु त्यांच्या मनात अशा माणसांबद्दल कायम तिरस्कारच राहतो. ते आतल्या आत त्यांना दूषणं देतात, निंदा करतात. जमलं तर लोकांनाही सांगतात, 'त्याला माझा तळतळाट लागेल, मी त्याला कधीही माफ करणार नाही'. अशा लोकांसाठी क्षमा म्हणजे नाइलाज असतो.

वास्तविक, क्षमाशीलता हे कमकुवतपणाचं लक्षण नाही. तथापि क्रोध व अहंकाराला खतपाणी घालणं म्हणजे दुबळेपणा आहे. आपल्यातला क्रोध ओळखून, समजून घेऊन तो शांत करणं, अहंकार न जोपासता इतरांच्या भावना ओळखणं, औदार्य दाखवणं, हा कमकुवतपणा नसून पुरुषार्थ आहे. शत्रूला शिक्षा करण्याचं सामर्थ्य असूनही तुम्ही जेव्हा त्याला क्षमा करता, तेव्हा तो भेकडपणा नसून निश्चितच मनाचा मोठेपणा असतो.

एखाद्याबद्दल वाईट बोलणं, त्याला शिव्याशाप देणं अत्यंत सोपं असतं. कारण तुमच्या अंतरंगात डोकावून खऱ्याखोट्याचा न्यायनिवाडा कुणीही करू शकत नाही. म्हणूनच एखाद्याबद्दल मनातल्या मनात क्षमा मागून त्याच्या मुक्तीसाठी प्रार्थना करणं हा खरा पुरुषार्थ आहे. अशी कृती समोरच्या माणसाला मुक्त करेल किंवा नाही परंतु तुम्ही मात्र कर्मबंधनातून नक्कीच मुक्त व्हाल.

काही लोकांच्या मते क्षमा म्हणजे देण्या-घेण्याचा व्यवहार आहे. उदाहरणार्थ, 'अमुक वेळी माझ्याकडून चूक झाली तर त्याने मला माफ केलं नाही, बदला घेतला... आता होऊ दे त्याच्याकडून चूक... मी पण सोडणार नाही त्याला...' अशा वेळी ही समज ठेवा, की क्षमा म्हणजे देवाण-घेवाण नाही. समोरच्या माणसाने माफ केलं नाही तर त्याचं कर्मबंधन तयार होईल, त्याला पार्सल मिळेल. परंतु तुम्ही जर माफ केलं नाही तर तुमचं कर्मबंधन बनेल, पार्सल तुम्हाला मिळेल.

लक्षात घ्या, क्षमा साधना तुम्ही स्वतःच्या मुक्तीसाठी करत आहात, इतरांच्या नाही. त्यामुळे इतरांनी क्षमा साधना केली किंवा नाही केली तरीही तुम्हाला ती नियमितपणे करायलाच हवी.

क्षमा साधना कोण करतो

१. **जो जवान आहे** - जवान आहे तो क्षमा साधना करेल. आपल्या सर्वांना जवान बनायचंय. इथं जवान शब्दाचा संबंध 'ज' या अक्षराशी निगडित आहे, वयाशी नाही. 'ज'चा अर्थ आहे जागृती. ज्याच्याकडे धन असतं, त्याला धनवान म्हणतात. ज्याच्याजवळ बल असतं तो असतो बलवान. त्याचप्रमाणे जिथे जागृतीचा 'ज' आहे, तो म्हणजे जवान. दोन माणसांमध्ये भांडण झालं तर त्यांच्यापैकी क्षमा कोण मागेल? ज्याच्याकडे जागृती आहे, जो सजग आहे आणि ज्याला आपल्या जबाबदारीची जाणीव आहे, तो क्षमा मागेल.

जवान नसणारा फक्त दोषच काढतो, इतरांच्या चुकाच मोजतो. उदाहरणार्थ, रस्ते खराब आहेत, शहरात अस्वच्छता आहे, ट्रॅफिक जाम होते, लाचखोरी वाढतीय आणि याला सरकार जबाबदार आहे. घरामध्ये सुख, शांतता, स्वस्थता नाही आणि याला घरातली माणसं जबाबदार आहेत. अशा प्रकारे प्रत्येक गोष्टीसाठी इतर लोक जबाबदार, तर मग आपली जबाबदारी कोणती? इतरांचे दोष पाहणं? नाही! आपली जबाबदारी आहे, स्वतःला पारखण्याची. घडणाऱ्या चुकीच्या

गोष्टींमध्ये कळत-नकळत आपण तर सहभागी होत नाही ना हे पाहण्याची. व्यक्तिगत स्तरावर तर आपण स्वतःसाठी जबाबदार असतोच. परंतु कौटुंबिक स्तरावर, कुटुंबाचा सदस्य म्हणून, सामाजिक स्तरावर देशाचे नागरिक या नात्याने, आर्थिक किंवा आध्यात्मिक अशा सर्वच स्तरांवर आपली काहीना काही जबाबदारी असतेच. ती जागृतीसह ओळखली, स्वीकारली आणि पार पाडली तरच तुम्ही जवान व्हाल.

२. **ईश्वराकडून स्व-उत्खनन करण्यासाठी** - क्षमा साधना करणारे दुसऱ्या प्रकारचे लोक ईश्वराला साक्षी मानून स्व-उत्खनन करतात. म्हणजेच स्वतःच्याच अंतरंगात खोलवर जाऊ इच्छितात. स्वतःला जाणून घेऊ इच्छितात. मनुष्यामध्ये क्षमा-भाव जोपर्यंत जागृत होत नाही, तोपर्यंत त्याच्या आतमध्ये अहंकार, द्वेष, ईर्षा, घृणा, क्रोध यांसारखे अनेक विकार वाढतच राहतात. हे विकार त्याच्या आतल्या 'खऱ्या मी'ला (सेल्फला, ईश्वराला) दडपून ठेवतात. क्षमा-साधना करून आपल्या मनाचं खोदकाम करून हे विकार जोपर्यंत दूर केले जात नाहीत, तोपर्यंत त्याखाली दबलेलं तुमचं खरं स्वरूप ओळखता येत नाही. त्यामुळे ज्यांना आपल्या सत्य, खऱ्या स्वरूपात स्थापित व्हायचं आहे, ते नेहमी क्षमा साधना करतात.

३. **प्रेमाचे पक्षी क्षमा करतात** - प्रेमाच्या पक्षात-बाजूला असणारे लोक हे क्षमा साधना करणारे तिसऱ्या प्रकारातले लोक. ते प्रेमाची धून आळवणारे पक्षी असतात. जिथे प्रेम आहे तिथे अहंकार, द्वेष, ईर्षा, घृणा, क्रोध टिकू शकत नाहीत. त्यामुळे हे सर्व दूर करण्याचा केवळ एकच मार्ग आहे, तो म्हणजे क्षमा साधना. त्यामुळे नेहमी प्रेमाच्या पक्षात राहा, क्रोधाच्या नाही.

४. **अदृश्य जगताचे नियम जाणणारे क्षमा करतात** - बाह्य जगाचे नियम हे जागोजागी लिहिलेले असतात, वारंवार कानी पडतात त्यामुळे ते माहिती असतातच. अर्थात त्यांचं पालन कितीजण करतात, ही गोष्ट वेगळी. परंतु विचार नियम म्हणजेच अंतर जगत् किंवा अदृश्य जगताचे नियम दिसत नाहीत आणि त्यांच्याबद्दल कुणी सांगतही नाही. दृश्य नियमांचं पालन करणारे कमी असतात. अशावेळी डोळ्यांना जे दिसत नाही त्यांचं पालन कसं करणार? ते कसे समजणार?

अदृश्याला समजणं आणि त्यावर विश्वास ठेवणं कठीण असतं. ज्यांचा गुरू, सेल्फ, निसर्ग किंवा ईश्वरावर संपूर्ण विश्वास आहे, ते या गोष्टी मानतात. अदृश्यावर

विश्वास बसल्यावर त्याचे परिणामही अनुभवायला मिळतात. अशांसाठी सगळं काही सहज आणि सोपं होतं. अशी माणसं आपल्या विचारांवर काम करून, मानसिक कर्मं करतात. प्रार्थना, क्षमा साधना केल्याने आपोआपच त्यांच्यात बाह्य बदल घडतात. त्यांना इतरांशी धाकधपटशा करून, संघर्ष करून काम करावं लागत नाही.

अर्थात ज्यांना तणावरहित आयुष्य जगायचंय, आपली सगळी कार्यं सहजतेने पार पाडायची आहेत, ते लोक विचारनियमांनुसार जगतात आणि क्षमा साधना करतात. चला तर, आता पुढील भागामध्ये क्षमा साधना कशा प्रकारे करतात, हे समजून घेऊया.

अध्याय-७

क्षमासाधना कशी करावी

क्षमा मागण्याची आणि करण्याची योग्य पद्धत

क्षमा... मनुष्याचा आंतरिक गुण आहे... हृदयाच्या गाभाऱ्यातून उमटणारा भाव आहे. पण आजकाल एखादी चूक होताच केवळ 'सॉरी' म्हणून पुढे निघून जाण्याची सवय रूढ होत आहे. पण केवळ 'सॉरी' म्हणणं किंवा स्वतःची चूक समजूनही मनातल्या मनात कुढत बसणं ही क्षमायाचना करण्याची आदर्श पद्धत नक्कीच नाही. बरेच लोक एखाद्याला क्षमा करताना 'मी तुला माफ केलंय' असं वरवर बोलतात; पण त्यांच्या मनातील द्वेषभाव मात्र पूर्वीसारखाच असतो.

तुमच्याकडून दुखावल्या गेलेल्या मनुष्यासमोर जाऊन क्षमायाचना करताना तुम्हाला संकोच वाटत नसेल, तर तुम्ही स्पष्ट शब्दांत क्षमा मागायला हवी-

'मी तुम्हाला माझ्या भाव, विचार, वाणी आणि क्रिया यांद्वारे जे दुःख पोहोचवलंय, त्याबद्दल मी तुमची क्षमा मागतो. भविष्यात अशी चूक माझ्याकडून पुन्हा होणार नाही, याची मी काळजी घेईन.'

कमीत कमी आपल्या जवळच्या नातेवाइकांबाबत हा उपाय अवलंबायला हवा. समोरासमोर आणि स्पष्टपणे क्षमा मागितल्यास मनाची मलीनता त्वरित निघून जाते. नातेसंबंधांवर चढलेली दुःख, क्रोध आणि संशय यांची पुटं गळून पडतात. एखादा मनुष्य जेव्हा क्षमा मागतो, तेव्हा इतरांनाही त्यांच्या चुकांची जाणीव होते. जो मनुष्य

केवळ अहंकारापोटी स्वतःच्या चुका मान्य करत नाही, तोदेखील मनमोकळेपणाने चुका मान्य करतो. परिणामी, सर्वांच्याच आयुष्यात कर्मबंधनांची मालिका खंडित होते.

समजा, तुमचा नातेवाईक स्वतः चूक करून माफी मागायला तयार नाहीये, तर अशावेळी तुम्ही मोठ्या मनाने स्वतःच क्षमायाचना करायला हवी. कारण यामुळे वादविवाद टळून नातेसंबंधातील माधुर्य टिकू शकतं. शिवाय संबंधित नातेवाइकाला वाटू शकतं, 'अरे! चूक तर माझी होती; पण माफी मात्र त्याने मागितली.' मग त्याचाही अहंकार विलीन झाल्याने तो म्हणेल, 'माझीसुद्धा चूक होती. कृपया मला क्षमा करा.' परिणामी, राईचा पर्वत होण्यापासून वाचतो आणि नात्यांची वीण घट्ट होऊ लागते.

क्वचितप्रसंगी एखादा मित्र किंवा नातेवाईक तुम्हाला क्षमा करत नसेल, तर तुम्हाला त्याचा नकार सकारात्मक पद्धतीने स्वीकारायचाय. त्याने तुम्हाला आज क्षमा केली नाहीए, पण याचा अर्थ तो कधीच क्षमा करणार नाही, असा मात्र मुळीच होत नाही. म्हणूनच तुम्ही काही अवधीनंतर त्याची पुन्हा क्षमा मागायला हवी. तुम्हाला क्षमा केवळ स्वतःसाठी मागायची नसून तो मनुष्यही द्वेषभावनेतून मुक्त व्हावा, यासाठी मागायची आहे.

क्षमा प्रार्थना

बहुतांश घटनांमध्ये आपण संबंधित व्यक्तीसमोर क्षमायाचना करू शकत नाही. शिवाय घटना घडून गेल्यानंतर आपल्याला स्वतःच्या चुकीची जाणीव होते. पण क्षमा मागण्याची किंवा करण्याची वेळ निघून गेलेली असते. अशा वेळी आपण मानसिक स्तरावर प्रार्थना करून क्षमासाधना करू शकतो.

आपले डोळे बंद करा.

आमंत्रण द्या – प्रिय .... च्या दिव्य रूपा (त्या मनुष्याचं नाव, ज्याची तुम्हाला क्षमा मागायचीय), मी तुला माझ्या ध्यानक्षेत्रात आमंत्रित करतोय.

क्षमा करा – 'माझ्या मनात आपल्याप्रति जो द्वेष किंवा तक्रारभाव आहे, तो मी मुक्त करतोय. मी ----*ला साक्षी ठेवून आपल्याला क्षमा करतोय. माझं आपल्यावर प्रेम असून माझ्या मनात आपल्याविषयी खूप आदर आहे. मी तुम्हाला केवळ शरीर समजून तुमच्याशी व्यवहार केला. मी तुमच्यातील परम चैतन्य पाहू शकलो नाही, त्याबद्दलही मला क्षमा करा. अशी चूक माझ्याकडून पुन्हा होणार नाही याची मी काळजी घेईन.'

क्षमा मागा – मी ----* ला साक्षी ठेवून आपली क्षमा मागतोय. मी तुम्हाला माझ्या भाव, विचार, वाणी किंवा कृती यांद्वारे जे दुःख पोहोचवलंय, कृपया त्याबद्दल मला क्षमा करा. मी तुम्हाला केवळ शरीर समजून तुमच्याशी व्यवहार केला. मी तुमच्यातील परम चैतन्य पाहू शकलो नाही, त्याबद्दलही मला क्षमा करा. अशी चूक माझ्याकडून पुन्हा होणार नाही, याची मी काळजी घेईन.'

धन्यवाद द्या – 'माझ्या ध्यानक्षेत्रात आल्याबदल खूप खूप धन्यवाद! मी आपल्यावर प्रेम करतो, आपला खूप आदर करतो. कृपया, आता आपण आपल्या स्थानी परतावं, ही विनंती... धन्यवाद... धन्यवाद... धन्यवाद...'

रात्री मन मोठं आणि सकाळी खुलं करा

तुमच्या मनात इतरांविषयी द्वेषभाव जागृत होताच क्षमासाधना करून सर्व कर्मबंधनांतून मुक्त व्हा. कमीत कमी रात्री झोपण्यापूर्वी तरी हा नियम अंगीकारा. दिवसभरातील सर्व घटना डोळ्यांसमोर आणा. एखाद्या प्रति मनात द्वेषभावना किंवा क्रोध असेल, तर मन मोठं करून त्यांची क्षमा मागा. शिवाय, त्यांच्या मांगल्यासाठी प्रार्थना करा. आजचं एकही कर्मबंधन उद्यासाठी ठेवू नका, जेणेकरून दुसऱ्या दिवशी कोणतीही नकारात्मक भावना तुम्हाला त्रस्त करणार नाही. जसं, एखादी गृहिणी रात्री झोपण्यापूर्वीच स्वयंपाकघरातील सर्व भांडी साफ करूनच झोपी जाते, जेणेकरून सकाळी स्वयंपाकघरात प्रवेश करताच तिला प्रसन्न वाटावं. शिवाय, कालची अस्वच्छ भांडी साफ करण्यात वेळही वाया जाऊ नये आणि मूडही खराब होऊ नये. अगदी त्याचप्रमाणे, तुम्हालाही तुमचं मनरूपी भांडं लखख स्वच्छ करूनच झोपायचंय.

रात्री झोपताना सर्वांची क्षमा मागून तुमचं मन मोठं करा म्हणजेच मन साफ करा आणि सकाळी उठल्यावर ते खुलं करा. याचाच अर्थ, तुमच्या निर्मळ मनातील प्रेम परस्परांत वाटा. समजा, तुमच्याकडे पाच हजाराची एक नोट आहे आणि ती सुट्टी करून तुम्ही सर्वांना एक-एक रुपया वाटलात, तर एकाच वेळी सर्वांना किती आनंद होईल बरं? त्याचप्रमाणे सर्वांबाबत तुमच्या मनात असणारे द्वेषयुक्त विचार विलीन करून अंतःकरणातील प्रेम सर्वांना वाटा. ही गोष्ट नियमितपणे केल्यास तुम्हाला याचे सकारात्मक परिणामही दिसतील. तुम्ही आश्चर्य कराल, 'अरे! जे लोक आधी माझा तिरस्कार

**येथे गुरू, ईश्वर किंवा अशी व्यक्ती जिच्यासमोर तुम्ही स्वतःला अधिक जबाबदार आणि समर्पित समजता, तिला साक्षी ठेवून सांगा...*

करायचे, तेच आता माझ्याशी नम्रपणे वागताहेत. सर्व समस्या विलीन होताहेत, मधुर संबंधांकडे वाटचाल सुरू आहे. जीवनात सर्व गोष्टी अगदी सहजपणे येत आहेत. शिवाय, मला क्षणोक्षणी सुखावणारी आंतरिक शांती प्राप्त होतेय ते वेगळंच!' खरंतर क्षमासाधनेचा हा परिणाम प्रथम अदृश्यात सुरू झालेलाच असतो. पण बऱ्याच लोकांचा यावर विश्वासच नसतो. जे विश्वास आणि श्रद्धा बाळगतात, ते क्षमासाधना सुरू करतात आणि आयुष्यात घडणारे चमत्कार पाहून आश्चर्यचकित होतात. परंतु आपल्याला हे ठाऊक आहे, बाहेरून जरी आपण वेगवेगळ्या लोकांची क्षमा मागत असाल किंवा त्यांना क्षमा करत असाल, तरी प्रत्यक्षात सगळी साधना एकासोबतच चालली आहे. ज्याला क्षमा केलं जात आहे किंवा ज्याची क्षमा मागितली जात आहे, वास्तवात तो एकच आहे. आपल्यासमोर जर हे सत्य स्पष्टपणे प्रकटलं, तर क्षमा करण्यात आणि मागण्यात आपल्याला अडचण येणार नाही. आता तो 'एक' कोण आहे, हे रहस्य आपण पुढील अध्यायात आपल्यासमोर उलगडलं जाणार आहे.

अध्याय-८

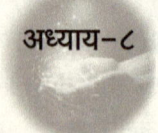

क्षमा कुणाला मागावी

इन-साफ कर्ता कोण

आपल्या पूर्वजांनी क्षमा साधनेसारखा आवश्यक गुण आपल्या संस्कृतीचा आणि रीतीरिवाजांचा अविभाज्य भाग बनवला. त्यानंतर तो पुढच्या पिढीकडे सुपूर्द केला. घरातील वडीलधारी मंडळी पत्राच्या शेवटी 'चूकभूल क्षमा असावी' असं आवर्जून लिहीत. सकाळी उठल्यानंतर जमिनीवर पहिलं पाऊल टाकण्यापूर्वी 'पादस्पर्श क्षमस्व मे' अशी धरणीमातेला क्षमा मागून, तिला स्पर्श करून तो हात मस्तकाला लावण्याचे संस्कार त्यांच्यावर होते. एखादं झाड, फूल किंवा फळ तोडण्यापूर्वी त्याला मनोभावे नमस्कार करायचा. एखाद्या वस्तूला किंवा पुस्तकाला चुकून पाय लागल्यावर स्पर्श करून त्याची क्षमा मागणं, हे तर कदाचित तुम्हीही केलं असेल. हिंदू धर्मामध्ये प्रत्येक पूजेनंतर 'भूल-चूक माफ' करण्याच्या मंत्राचं पुनरुच्चारण होतं. जैन धर्मात तर कित्येक दिवसांचं क्षमा साधनेचं विशेष पर्व साजरं करतात.

ज्या परंपरांचा सार्थक उद्देश पुढील पिढ्यांपर्यंत योग्य प्रकारे पोहोचत नाही त्या काळाबरोबर लोप पावतात. आजच्या पिढीला वस्तूंची क्षमा का मागायची हे समजत नाही. पशु-पक्षी, निसर्ग या सर्वांना क्षमा मागण्याची आवश्यकता मनुष्याला जाणवत नाही. कारण तो स्वतःला सर्वश्रेष्ठ समजतो. आपली चूक नसताना तसंच वयोमानाने आपल्यापेक्षा छोट्यांना क्षमा मागण्याची माणसाला नेहमीच लाज वाटते. त्यामध्ये त्याचा अहंकार आड येतो.

या पुस्तकाच्या माध्यमातून क्षमा साधनेचं अनन्यसाधारण महत्त्व समोर येत आहे. केवळ हाडामांसाच्या माणसांचीच नाही तर आपले पूर्वज, पशु-पक्षी, निसर्ग, वस्तू, इतकंच काय तर आपल्या शरीराचीदेखील क्षमा मागितली जाते. कारण सर्वांमध्ये एकमेव अशा ईश्वराचाच वास आहे. सगळ्यांमध्ये एकाच इकाईचं, ईश्वराचं अस्तित्व आहे.

'इकाई'ला करावी क्षमा साधना

इकाईचा अर्थ आहे एक सिंगल युनिट, एकम. इकाई एक आहे आणि तोच सगळ्यांच्या आतमध्ये आहे किंवा असं म्हणू या, सर्वांच्या अंतर्यामी वास करणारं एकमेव सत्य म्हणजे इकाई. या इकाईलाच सेल्फ, युनिव्हर्सल एनर्जी, ईश्वर, अल्ला, गॉड, परम चैतन्य, परमात्मा इत्यादींनी संबोधलं जातं. या संपूर्ण ब्रह्मांडात तीच एक जिवंत शक्ती आहे. त्या एकाच शक्तीमुळे अखिल विश्वाचा प्रवास सुरू आहे. प्रत्येक सजीव आणि जड, सूक्ष्म आणि स्थूल, प्रकट (समोर आलेल्या) आणि अप्रकट (अजूनही अदृश्यात असलेल्या) बाबींमागे तीच एक जिवंत शक्ती आहे.

ती जिवंत शक्ती प्रत्येक पदार्थात अंतर्बाह्य व्यापलेली आहे. अर्थात तीच शक्ती वेगवेगळ्या प्रकारांनी एकत्रित होऊन वस्तूंना मूर्त रूप देते. तुम्ही कुणालाही क्षमा मागत असाल, अगदी ईश्वराला-अल्लालासुद्धा... तरीदेखील तुम्ही इकाईलाच क्षमा मागत आहात, हे लक्षात घ्या. इतकंच नाही तर, क्षमादेखील इकाईच मागत आहे. कारण त्यालाच मुक्त व्हायचंय आणि कर्मबंधनांचं ओझं उतरवून स्वतःची अभिव्यक्ती करायची आहे.

इथून पुढे कुणाचीही क्षमा मागताना, आपण ईश्वराचीच क्षमा मागतोय ही जागृती ठेवा. साधनेमध्ये एकाग्रता येण्यासाठी कुणी गणपतीच्या, कृष्णाच्या तर कुणी भगवान शंकराच्या मूर्तींची आराधना करतात. कुणी त्याला अल्ला म्हणतं तर कुणी येशू. नावं कितीही असोत... विविध प्रकारची संबोधनं असोत... अनेकानेक प्रतीकं असोत... तरीही 'तो' एकच आहे... 'इकाई!' तोच आहे जो सर्व कर्मबंधनं नष्ट करतो.

'इकाई' शब्द वेगळा केला तर तो असेल 'इ-का-ई'. या शब्दाचं विश्लेषण म्हणजे **'इंसाफ का ईश्वर'** असं आहे. तोच एक ईश्वर आपल्या अंतरंगात राहून आपला इंसाफ करतो. इथे इंसाफचे दोन अर्थ आहेत. पहिला, 'न्याय' आणि दुसरा 'इन-साफ'. म्हणजेच, अंतरंगातली स्वच्छता. निसर्ग पार्सल देऊन आपला न्याय करतो. तर इकाई आपली कर्मबंधनं नष्ट करून आपल्याला आतून साफ करतो. म्हणजे आपला इन-साफ करतो.

कर्मबंधनं नष्ट झाल्याने आतून हलकं, मोकळं वाटतं. आपल्याला प्रेम, आनंद, मौनाचं वरदान प्राप्त होतं. त्यानंतर व्यक्ती नव्हे तर सेल्फ, ईश्वरच आपल्या शरीराद्वारे अभिव्यक्ती करतो. जगामध्ये अत्युच्च कोटीची रचनात्मक कार्यं तेव्हाच शक्य झाली, जेव्हा अहंकार नष्ट होऊन आपण इकाईला कार्य करण्याची संधी दिली.

ही अवस्था आपल्या आयुष्यात येण्यासाठी वर्तमानात जागरूक राहा. भूतकाळातल्या चुकांच्या पश्चात्तापात वर्तमान गमावू नका. तसंच कर्मबंधनांची आठवण येताच आणि संधी मिळताच इंसाफच्या ईश्वराची (इकाईची) क्षमा मागा. निरंतरतेने क्षमा मागत राहिल्यास आपली चेतना उंचावते. चेतनेचा स्तर वाढल्यानंतर आपल्याला सत्यदर्शन घडतं. परिणामतः आपण जास्त संवेदनशील होऊन, ईश्वरीय संकेतांबाबत अधिकाधिक ग्रहणशील बनतो. अन्यथा जे बघायला हवं, त्यापेक्षा आपण खूप कमी बघतो.

चला तर, क्षमा साधना यावर आधारित एका सुंदर गोष्टीचा आस्वाद घेऊ या. ही गोष्ट तुम्हाला क्षमा साधनेद्वारे भूतकाळातून मुक्त करून वर्तमानात जगण्याचं भान देईल.

बुद्धांची क्षमा शिकवण

एकदा गौतम बुद्ध एका गावात उपदेश करत होते. 'आपण धरणीमातेसारखं क्षमाशील आणि सहनशील बनायला हवं. क्रोधाचा अग्नी हा इतरांना जाळण्यापूर्वी आपलेच हात जाळतो. क्रोध हा एक विकार आहे. माणसाच्या दुबळेपणाची ती खूण आहे. तार्किकदृष्ट्या क्रोधाला नैसर्गिक तसंच न्यायसंगत ठरवता येत नाही.'

त्या सभेला एक अत्यंत तापट मनुष्यही आला होता. छोट्या छोट्या गोष्टींवरून त्याचा राग अनावर व्हायचा. परंतु आपल्या क्रोधाचं खापर मात्र तो नेहमी इतरांच्या माथी फोडायचा. त्या दिवशी सकाळीच त्याचं पत्नीशी भांडण झालं होतं. त्यामुळे तो अत्यंत वाईट मनःस्थितीत होता. डोकं शांत व्हावं म्हणूनच तो गौतम बुद्धांचा उपदेश ऐकण्यासाठी आला होता.

गौतम बुद्धांचं प्रवचन ऐकून तो त्यांच्यावरच क्रोधित झाला. त्याला ते सगळं ज्ञान चुकीचं आणि पोकळ वाटलं. त्यामुळे तो बुद्धांनाच भलंबुरं बोलू लागला. त्याच्या क्रोधाग्नीला बुद्ध शांतपणे, करुणा भावाने समजून घेत होते. ते कोणतीच प्रतिक्रिया देत नव्हते किंवा काही बोलतही नव्हते. ते पाहून त्या

माणसाला आगीत तेल ओतल्यासारखं वाटलं. तो आणखीनच संतापला. गौतम बुद्धांचा भयंकर अपमान करून तिथून ताडताड निघून गेला.

दुसऱ्या दिवशी क्रोध शांत झाल्यावर त्या माणसाला स्वतःच्या वागण्याचा खूपच पश्चात्ताप झाला. आपण गौतम बुद्धांसारख्या आत्मसाक्षात्कारी संतांचा अपमान केला ही भावना त्याचं मन पोखरू लागली. या भयानक पापातून मुक्त कसं व्हायचं, याची चिंता त्याला छळू लागली.

तत्काळ तो गौतम बुद्ध जिथे थांबले होते त्या ठिकाणी गेला. परंतु ते मार्गस्थ झाले होते. त्यांची माफी मागण्यासाठी, त्यांना क्षमायाचना करण्यासाठी तो माणूस अतिशय व्याकूळ झाला होता. डोळ्यांतून अखंड अश्रुधारा ढाळत असलेला असा तो पश्चात्तापदग्ध माणूस काहीही न खाता-पिता गौतम बुद्धांचा शोध घेत फिरू लागला. चालताना तो थकला, दमला. तरीही अथकपणे चालतच राहिला. शोध घेता घेता जेव्हा गौतम बुद्ध त्याला दिसले तेव्हा अक्षरशः धावत जाऊन त्यांच्या पायांवर त्याने लोटांगण घातलं. त्यांच्याकडे क्षमायाचना करू लागला.

गौतम बुद्धांनी त्याला विचारलं, "तू कोण आहेस आणि कशासाठी क्षमा मागत आहेस?"

तो माणूस म्हणाला, "प्रभू, मी तोच आहे जो काल तुम्हाला संतापाच्या भरात खूप वाईट-साईट बोललो. माझ्या चुकीची जाणीव मला नंतर झाली आणि तेव्हापासून मी पश्चात्तापाच्या आगीत जळतोय. कृपया माझ्यासारख्या पापी माणसाला क्षमा करा..."

यावर गौतम बुद्ध प्रेमाने म्हणाले, "मित्रा, तू माझा अपमान केल्याचं मला आठवत नाही... आज पाया पडतोय, हेदेखील क्षणभंगूर आहे. व्यतीत झालेला दिवस, भूतकाळ तर मी मागेच सोडून दिला. तेव्हा तूदेखील त्यात अडकू नकोस. तुला तुझी चूक समजली आणि पश्चात्तापही झाला. शिवाय, क्रोध आपली विवेकशक्ती नाहीशी करून आपल्याकडून चुकीची कामं कशी करवून घेतो हा बोधही तुला या घटनेतून मिळाला. त्यामुळे आता जुन्या गोष्टी विसरून, मिळालेली नवीन शिकवण ध्यानात ठेव. वर्तमानात राहा आणि पुढे जा. हाच जीवन जगण्याचा योग्य मार्ग आहे."

त्या मनुष्याप्रमाणे तुम्हीदेखील जुन्या पश्चात्तापाचा त्याग करा. क्षमेची मशाल हातात घेऊन जीवनात पुढे चालत राहा आणि आनंद प्राप्त करा. एखाद्या घटनेमुळे मन कचरलं, तर ताबडतोब इकाईची क्षमा प्रार्थना करा. पुढील अध्यायात सर्वांच्या जीवनातील काही घटना सांगितल्या आहेत. या घटनांना सामोरं जावं लागताच तुम्ही इकाईची क्षमा प्रार्थना अवश्य करायला हवी.

अध्याय-९

क्षमा साधना कधी करावी

परिणामकारक प्रार्थनेची शक्ती

काही कर्मरेषा अत्यंत स्पष्ट असल्याने त्या सहजपणे अनुभवता येतात. त्यावेळी त्यांच्यासाठी आपण क्षमा साधना करतो. परंतु अशाही काही कर्मरेषा असतात ज्यांच्याबद्दल क्षमा साधना करणं आवश्यक आहे, हे आपल्याला समजत नाही. अशीच काही कर्मबंधनं आणि त्यासंबंधी केली जाणारी क्षमा प्रार्थना याविषयी आपण सविस्तर जाणून घेऊया.

स्वतःसाठी क्षमा मागा

इतरांना आरोपीच्या पिंजऱ्यात उभं करून, त्यांच्यावर दोषारोपण करणं सहज सोपं असतं. परंतु समोरच्या मनुष्याकडे एक बोट दाखवताना उरलेली तीन बोटं आपल्याकडेच असतात हे आपण विसरतो. सांगण्याचा अर्थ, आपल्यातील उणिवा, विकार, पॅटर्न हे आपल्या लगेच लक्षात येत नाहीत. पण इतरांच्या उणिवांकडे आपलं ध्यान लगेच जातं. प्रत्यक्षात आपण नेहमी इतरांचा न्याय करण्यामध्ये इतके व्यस्त राहतो, की स्वतःचा इन-साफ (आंतरिक स्वच्छता) करण्यासाठी आपल्याला वेळच मिळत नाही. लक्षात घ्या, आपण स्वतःला जोपर्यंत साफ आणि माफ करत नाही, तोपर्यंत इतरांना माफ आणि साफ करण्याचा आपल्याला अधिकार नसतो. त्यामुळे सर्वप्रथम आपल्याला स्वतःचाच इन-साफ करायला हवा.

आतापर्यंत तुमच्या आयुष्यात घडलेल्या चुकीच्या गोष्टी किंवा स्वतःबद्दल केलेले चुकीचे विचार, या सर्वांसाठी इकाईची प्रार्थना करा -

'मला, मला माफ करण्यासाठी मदत कर,
मला, मला साफ करण्यासाठी मदत कर,
मला, माझा स्वीकार करण्यासाठी मदत कर,
मला, माझ्यावर प्रेम करण्यासाठी मदत कर,
माझा इन-साफ कर.'

मनातल्या मनात स्वतःला सांगा, 'मी तुला माफ करतोय. आत्तापर्यत माझ्या आयुष्यात जे काही माझ्याकडून घडलं, त्या सर्वासाठी मी तुला क्षमा करतोय. कळत-नकळत जी कर्मबंधनं बनली, त्या सगळ्या कर्मबंधनांसाठी मी तुला क्षमा केलीय, इंसाफच्या ईश्वरानेदेखील मला क्षमा करावी. धन्यवाद... धन्यवाद... धन्यवाद...'

अशाप्रकारे क्षमाप्राप्तीची अवस्था अनुभवा. स्वतःला माफ करताच तुम्हाला खूप बदल जाणवेल, अत्यंत हलकं वाटेल.

अशा प्रकारे आपण स्वतःसाठी जर माफी मागितली, तर इतरांना क्षमा करणं सोपं होईल. जे लोक स्वतःला माफ करू शकत नाहीत, ते इतरांनाही क्षमा करू शकत नाहीत. त्यामुळे सर्वप्रथम स्वतःला माफ करायला हवं.

काही घटनांमध्ये मनुष्याला पराकोटीचा अपराधबोध जाणवतो. तो कायम, 'मी स्वतःला कधीही माफ करू शकत नाही' या भावनेत असतो. त्यामुळे अशा माफ न करता येणाऱ्या गोष्टी सध्या पार्किंगमध्ये (एका बाजूला) ठेवा. कारण जोपर्यंत या विषयाचं संपूर्ण आकलन होत नाही, तोपर्यंत काही बाबतीत मन अडकेल, क्षमा साधना न करण्याचं तर्कसंगत कारणही देईल. अशा वेळी त्या गोष्टींवर वेळ वाया न घालवता त्यांना पार्किंगमध्ये ठेवा. ज्या बाबी संपूर्णपणे लक्षात आल्या आहेत, त्यासंबंधी लगेच कार्य सुरू करा. क्षमा-साधना हा विषय संपूर्णपणे समजल्यानंतर शिल्लक राहिलेल्या पैलूंवरदेखील तुम्ही कार्य सुरू कराल.

स्वतःची चूक नसतानाही क्षमा का मागावी

समजा, एखाद्या माणसाला अमुक माणूस आवडत नाही, तो त्याच्याबद्दल चुकीचे ग्रह करून घेतो, त्याचं वाईट व्हावं अशी इच्छा करतो, अशा वेळी समोरच्या माणसाचा

प्रतिसाद काय असेल? त्याच्या मनातही चुकीचेच भाव निर्माण होतील. एखादा माणूस दुसऱ्याचा तिरस्कार करताना त्या दुसऱ्या माणसानेही त्याचा तिरस्कार करणं ही गोष्ट तसं पाहिलं तर व्यावहारिकदृष्ट्या स्वाभाविक अशीच म्हणता येईल. परंतु अशा प्रकारचा प्रतिसाद हा नैसर्गिक नसून यांत्रिक ठरेल.

कर्मबंधनांपासून मुक्तीची इच्छा असणाऱ्यांनी अशा यांत्रिक प्रतिसादांपासून दूर राहायला हवं. आतापर्यंत असणारा 'जशास तसे' हा भाव बदलायला हवा. समोरच्या माणसाला तुम्ही माफ जरी करू शकत नसला, तरी साफ नक्की करू शकता. त्याच्या इन-साफसाठी, पवित्रतेसाठी याचना अवश्य करू शकता. त्याच्या मनातून पापवृत्ती नाहीशी करण्यासाठी निश्चितच प्रार्थना करू शकता. अशा माणसांना तुम्ही फक्त क्षमा करायची नसून त्यांच्यासाठी क्षमाही मागायची आहे. यासाठी इकाईची प्रार्थना करा -

'आम्हा दोघांना क्षमा करा... आमच्या दोघांचा इन-साफ करा.'

हे वाचून तुम्ही विचार कराल, दोघांसाठी क्षमा का, यात माझी काय चूक...? आतापर्यंत तर तुम्ही विचार करत होता, की 'स्वतःची चूक असेल तरच मी क्षमा मागणार. परंतु इथे समोरच्या माणसाच्या द्वेषभावनेसाठी मी का क्षमा मागायची?' कारण तुम्ही त्याच्याकडे 'शरीर' म्हणून पाहिलं. तुम्ही त्याच्या अंतर्यामी असणाऱ्या इकाईला (युनिव्हर्सल सेल्फला) बघितलंच नाही. ही तुमची मूळ चूक आहे. या अपराधासाठी तुम्हाला इकाईकडे क्षमा प्रार्थना करायला हवी-

'मला क्षमा करा कारण ज्ञान असूनही
मी लोकांना व्यक्ती म्हणून बघत आहे.
मी या लोकामध्ये तुला बघितलं नाही
मी बघितली केवळ एक व्यक्ती, अहंकार आणि तिरस्कार.
हा माझा बघण्यातील दोष होता.
माझ्या त्या दोषाकरिता मला क्षमा कर.
आम्हा दोघांना क्षमा कर.'

तुम्ही क्षमा प्रार्थना करताच, कर्मबंधनरूपी साप नाहीसा होतो. त्यामुळे तुमच्या अंतर्यामी असलेली सापरूपी कर्मबंधनं नष्ट होऊ लागतील. शिवाय समोरच्या माणसाच्या अंतरंगातल्या कर्मरेषाही नष्ट होतील. कदाचित पूर्णपणे नाहीशा होणार नाहीत, परंतु

त्यांचा सल, बोचणी नक्कीच कमी होईल. इतकंच नव्हे, तर तुमच्यासोबत त्यांचं असलेलं वागणंही बदलेल. ते तुमच्याशी आधीपेक्षा जास्त चांगलं वागतील. हा असेल तुम्ही केलेल्या क्षमा-प्रार्थनेचा चमत्कार! कारण इतरांनी केलेल्या कर्मांसाठी आपण जेव्हा क्षमा मागतो, तेव्हा त्यांच्याबरोबरचं आपलं नातं पूर्वीपेक्षा जास्त घट्ट, निर्मळ होतं. तुम्हालाही हा चमत्कार अनुभवायचाय... या चमत्काराचा अधिकाधिक येणारा प्रत्यय तुम्हाला स्वीकार करायला आणि क्षमा साधनेवर दृढ राहायला शिकवेल.

मनाच्या वेदनेवर स्वीकार आणि क्षमा यांपेक्षा रामबाण औषध इतर कोणतंही नाही. अन्यथा दुःखातून बाहेर पडण्यासाठी व्यसनांच्या आहारी जाणारे, मद्यपान, सिगरेट, नशापाणी करणारे लोक भरपूर असतात. एक दुःख बाजूला सारण्यासाठी ते अन्य कित्येक दुःखांना आमंत्रण देतात. मजा समजून सजा भोगत राहतात. परंतु सत्याचं ज्ञान प्राप्त झालेले लोक अशी चूक कधीही करत नाहीत. सत्यमार्गावरून चालताना आपल्यालाही भगवान महावीर आणि बुद्धांसारखी क्षमा साधना शिकायची आहे. समोरचा मनुष्य कर्मबंधन तयार करतोय; पण त्या बंधनामुळे आपल्याला खरचटता कामा नये. त्याचं कर्म कोणतंही असलं, तरी आपला प्रतिसाद प्रतिकर्म असता कामा नये. तो नवीन, ताजा, जागरूकतेनं आणि वर्तमानात राहूनच द्यायला हवा.

इतरांच्या दुःखामुळे दुःखी असाल तर क्षमा मागा

समजा, तुमचा एखादा मित्र वाईट परिस्थितीतून जात आहे, त्यावेळी तो त्याच्या मनातल्या सगळ्या गोष्टी, दुःख तुमच्याशी शेअर करतो. अशा वेळी तुम्ही त्याचं सांत्वन करून त्याला योग्य मदतही करता. मनापासून केलेल्या मदतीमुळे मित्राला दिलासा मिळतो; पण त्याच्या दुःखामुळे, अडचणींमुळे मात्र तुमच्यावर ताण येतो. त्याच्या दुःखामुळे दुःखी होऊन तुमच्या चेतनेचा स्तर खालावतो.

व्यावहारिक जगात ही गोष्ट नैसर्गिक मानली जाते. प्रियजनांच्या दुःखाने दुःखी होऊन रडणं यालाच खरं प्रेम म्हणतात. परंतु हे योग्य नाही. एखाद्याच्या दुःखामुळे दुःखी होणं म्हणजे अजाणतेपणी त्या दुःखाला वास्तव समजून ते वाढवण्यासारखं आहे. काही माता आपल्या मुलांबरोबर भावनिकदृष्ट्या खूपच जोडलेल्या असतात. मूल आजारी असेल तर त्याच्या चिंतेने, काळजीने त्याही आजारी पडतात आणि घरातल्या समस्यांमध्ये भर घालतात. अशा वेळी त्या आपल्या मुलाची योग्य प्रकारे काळजी कशा घेऊ शकतील?

एखाद्या दुःखी माणसाला बघितल्यावर तुमच्या मनात त्याच्याबद्दल सहानुभूती

उत्पन्न होते. 'अरेरे... बिचारा... असं कसं झालं त्याच्याबाबतीत... किती दुःखी आहे तो... देव असा निष्ठूरपणे का वागला त्याच्याशी?' अशा प्रकारे 'बिचारा, दुःखी, फुटक्या नशिबाचा...' यांसारखे शब्द वापरून तुम्ही त्याच्या दुःखद अवस्थेचं वर्णन करता. यामुळे त्याचं दुःख तर दूर होत नाहीच. उलट तुमच्या शब्दांमुळे त्याची सद्यस्थिती कायम टिकून राहण्यासाठी तुम्ही अप्रत्यक्षपणे त्याला मदत करता. त्याच्या दुःखाचं वर्णन करून तुम्ही त्याच्यासाठी अधिकाधिक दुःख आमंत्रित करता. कारण निसर्गाचा नियम आहे, **'ज्या गोष्टीचं वर्णन कराल, ती अस्तित्वात येईल, प्रत्यक्षात उतरेल.'** अशा प्रकारे हा नियम सर्वांसाठी अखंडपणे काम करत आहे.

अशा परिस्थितीत तुम्ही सावध राहा, दुःखी मनुष्यासाठी प्रार्थना करा आणि इकाईला क्षमा मागा –

'ज्या कारणामुळे हा दुःखी आहे,
त्यासाठी कृपया याला क्षमा कर.'

तुम्ही इतरांच्या दुःखाने दुःखी होत असाल, तर स्वतःसाठीही क्षमा मागा. कारण तुम्ही समोरच्या व्यक्तीकडे ती वेगळी आहे असं समजून पाहत असता. आपल्या नकारात्मक विचारांनी त्याचं दुःख वाढवत राहता. अशा वेळी

'कृपया आम्हा दोघांना क्षमा करावी'

अशी प्रार्थना करा. ज्यायोगे इतरांच्या दुःखात नकळतपणे घडलेल्या तुमच्या नकारात्मक सहभागातून तुम्ही मुक्त होऊ शकाल. असं करून त्याच्या दुःखमुक्तीच्या प्रक्रियेमध्ये तुम्ही सर्वश्रेष्ठ मदत करत असता.

'योग्य-अयोग्य' लक्षात येत नसेल

इकाईबद्दल मन संपूर्ण समर्पित होत नाही, तोपर्यंत त्याला काही गोष्टी समजतात तर काही समजत नाहीत. मनाला प्रत्येक गोष्ट आपल्या तर्कात बसवायची असते. योग्य-अयोग्य या संकल्पनेत मांडायची असते. क्षमा-प्रार्थना करून तुम्ही आधी काही सफाई केली असेल, थोडाफार इन-साफ केला असेल, तर काही गोष्टी तुमच्या लक्षात येतात. म्हणूनच मन जेव्हा अशा द्विधा, संभ्रमित मनःस्थितीत असेल, त्याला काही गोष्टी समजण्यात अडचणी येत असतील, तेव्हा स्पष्टता मिळावी म्हणूनही इंसाफच्या ईश्वरालाच प्रार्थना करायला हवी –

'ज्या कर्मबंधनांमुळे माझ्या समजेत अडथळा व संशय येत आहे,
त्या अज्ञानाच्या रेषांना साफ कर.
मला ज्याचं आकलन होत नाहीये आणि मला जे समजून घ्यायचंय,
ते काय आहे, हे मला माहिती नाही.
परंतु तू असं जाणतोस, जे मला ठाऊक नाही,
त्या जाणण्यायोग्य बाबी माझ्यापर्यंत पोहोचण्यासाठी मला मदत कर.
ज्या गोष्टींची मला आवश्यकता नाही,
माझ्या ध्येयमार्गात ज्यांचा अडथळा आहे, त्या माझ्यापासून दूर कर.
जे समजणं माझ्यासाठी गरजेचं आहे, ते मला समजू दे.
जे आवश्यक नाही, ते माझ्यापासून दूर ठेव.
माझं मन खुलं आहे, मी संपूर्ण ग्रहणशील आहे.
आता तुझी इच्छा, तीच माझी इच्छा

धन्यवाद... धन्यवाद... धन्यवाद...!'

ज्या गोष्टीबाबत तुम्हाला स्पष्टता हवी आहे, त्यासाठी निसर्गाला प्रार्थनेद्वारे संकेत द्या. उदाहरणार्थ, तुम्हाला उत्तम आरोग्य हवंय. परंतु त्यासाठी आवश्यक बाबींची माहिती नाही. तेव्हा इकाईकडूनच मार्गदर्शन घ्या.

'कोणता आहार, कोणत्या गोष्टी अयोग्य आहेत
ज्यामुळे मला त्रास होतोय, त्या माझ्या आयुष्यातून दूर कर.
माझ्या स्वास्थ्यासाठी ज्या आवश्यक बाबी आहेत
त्यांचा माझ्या जीवनात प्रवेश व्हावा आणि
ज्या गरजेच्या नाहीत, त्या गोष्टी निघून जाव्यात.
तुझ्या प्रत्येक निर्णयासाठी मी ग्रहणशील आहे.
तुझी इच्छा, तीच माझी इच्छा.
धन्यवाद... धन्यवाद... धन्यवाद...!'

अशा प्रकारे संपूर्णपणे समर्पित होऊन तुमच्या जीवनाचा लगाम तुम्ही इकाईच्या हातात सोपवत असता. अडकलेल्या गोष्टी तुमच्यापर्यंत पोहोचाव्यात म्हणून स्वतःचा

मार्ग साफ करून कर्मबंधनं नाहीशी करत असता. आता तुमचा नकारात्मक सहभाग दूर केल्याने थांबलेल्या सगळ्या कृपा इकाईकडून तुम्हाला भरभरून मिळू लागतात. मग आयुष्यात ज्ञान, यश, स्वास्थ्य, प्रसन्नता, शांतता, प्रेम, आनंद... अशा सगळ्यांचा वर्षाव तुमच्यावर होऊ लागतो हे निश्चित!

लक्षात घ्या, 'कर्मबंधन कसं आहे... केव्हा तयार झालं, नवीन आहे की जुनं... यामुळे माझं काय नुकसान होणार आहे?...' यांसारख्या गोष्टींवर विचार करून उगाचच भरकटू नका. तुम्हाला कर्मबंधनात गुंतायचं नसून केवळ क्षमा साधनेवर लक्ष केंद्रित करायचं आहे. कोणत्याही कारणास्तव येणारी नकारात्मक भावना जाणवताच, ते कर्मबंधन आहे हे ओळखून त्यासाठी क्षमा साधना करा.

क्षमा साधना करताना आणखी एक महत्त्वाची बाब लक्षात घ्यायला हवी. काही शब्द किंवा वाक्य बोलल्याने, उच्चारल्याने क्षमा साधना होत नाही. ती परिणामकारक ठरण्यासाठी तिच्याबरोबर काही गुणांचा समावेश करावा लागतो. या गुणांविषयी पुढील अध्यायात जाणून घेऊया.

अध्याय-१०

क्षमा साधनेसाठी आवश्यक गुण

विश्वासाची ताकद

क्षमा साधना करून कर्मबंधनांतून मुक्त होण्यासाठी या साधनेत काही गुणांचा समावेश करावा लागतो. हे गुण म्हणजे क्षमासाधनेच्या इमारतीचे मजबूत खांब आहेत, असं समजा. हे मजबूत खांब (गुण) नसतील, तर क्षमा साधना संपूर्ण सफल होणार नाही. त्यासाठी हे गुण कोणते ते प्रथम समजून घेऊया.

भावना

ईश्वराची भाषा म्हणजे भावना. प्रार्थनेत ईश्वर तुमचे भाव ग्रहण करतो, शब्द नव्हे. त्यामुळे क्षमा प्रार्थना करताना प्रार्थनेच्या शब्दांमध्ये भावनांचा ओलावा येऊ द्या. एखाद्याला तुम्ही म्हणत असाल, 'मी तुला क्षमा केली' तर भावनिक स्तरावरही क्षमा करायला हवी. बाहेरून क्षमा केली म्हणत असताना आतमध्ये बडबड सुरूच आहे, असं होऊ नये. **कारण, भावनेशिवाय केलेली प्रार्थना तिचा परिणाम कमी करते.**

प्रार्थना करताना कधी कधी आपल्याला आतून अडथळा जाणवतो. कित्येकदा प्रार्थनेच्या शब्दांमध्ये भावनिक ओलावा जाणवत नाही. प्रार्थनेमध्ये सहजता नसेल तर ती हृदयापासून, अंतःकरणातून उमटणार नाही. याचाच अर्थ, ती बळजबरीने होईल. त्यामुळे प्रार्थनेमध्ये सहज-सोपे आणि तुमचे भाव प्रकट करणारेच शब्द उच्चारा. प्रार्थना करण्यापूर्वी ही प्रार्थना करा -

'हे ईश्वरा! माझी प्रार्थना भावपूर्ण व्हावी आणि तिचं उत्तम फळ मिळावं.'

भावनेचं महत्त्व पुढील उदाहरणातून समजून घेऊया.

एका गावात नदीकिनारी एक सुंदर चर्च होतं. चर्चमध्ये एक फादर राहायचे. एकदा त्यांच्या कानावर एक बातमी आली. नदीच्या पलीकडे तीन साधू राहतात, जे लोकांना प्रार्थना शिकवतात. गावातील तसेच आजूबाजूचे कित्येक लोक त्यांच्याकडे प्रार्थना शिकायला जातात. दिवसेंदिवस त्या तीन साधूंची लोकप्रियता वाढतच गेली. त्यामुळे फादरला खूप दुःख झालं. 'मी इथं असताना गावकरी नदी ओलांडून त्या तीन साधूंकडे कोणत्या प्रार्थना शिकायला जातात?' असा प्रश्न त्यांना पडला.

शेवटी फादरने त्या साधूंना भेटायचं ठरवलं. फादर नावेत बसून नदी पार करून त्यांच्याकडे गेले. त्यांनी साधूंना विचारलं, 'तुम्ही लोकांना कोणती प्रार्थना शिकवता?' तेव्हा साधूंनी त्यांना ते शिकवत असलेली प्रार्थना सांगितली, 'तुम्ही तीन आहात, आम्ही तीन आहोत, आम्हाला क्षमा करा.' साधूंची प्रार्थना ऐकल्यावर फादर हसायला लागले. म्हणाले, 'ही काय प्रार्थना आहे? प्रार्थना अशी असते का?' त्यावर साधू म्हणाले, 'आम्हाला तर माहिती नाही ती कशी असते. आता तुम्हीच आम्हाला योग्य प्रार्थना शिकवा.'

फादर साधूंना प्रार्थना शिकवू लागले. असंख्य शब्दांची... अगणित वाक्यांची... अलंकारयुक्त भाषेची अशी लांबलचक प्रार्थना फादर शिकवू लागले आणि साधू ती लक्षात ठेवण्याचा आटोकाट प्रयत्न करू लागले. या प्रयत्नांत ते प्रार्थना विसरायचे... पुन्हा आठवायचे... पुन्हा विसरायचे...असं करता करता खूप परिश्रम घेऊन फादरने ती प्रदीर्घ प्रार्थना त्यांना शिकवली आणि नावेत बसून ते पुन्हा गावाकडे निघाले.

फादरची नाव नदीच्या मध्यावर पोहोचली, तेव्हा कुणीतरी हाका मारत असल्याचं त्यांना जाणवलं. त्यांनी बघितलं तर ते तीन साधू त्यांना हाका मारत होते. फादरने शिकवलेली प्रार्थना ते पुन्हा एकदा विसरले होते. म्हणूनच ते धावत-धावत फादरकडे येत होते... नावेशिवाय... पाण्यावरून चालत चालत...

नावेपर्यंत पोहोचताच त्यांनी फादरला पुन्हा एकदा प्रार्थना शिकवण्याची विनंती केली. परंतु फादर त्यांना पाण्यावरून चालत येताना पाहूनच स्तब्ध झाले. साधूंच्या साधनेच्या शक्तीची खरी ओळख त्यांना पटली.

फादर त्यांना म्हणाले, 'हे साधू... तुम्ही माझ्याकडून मोठमोठ्या प्रार्थना शिकण्याची आवश्यकताच नाही. तुमच्या छोट्या प्रार्थनेतच महान शक्ती आहे. तुम्ही करत असलेली प्रार्थनाच योग्य आहे. तुम्ही तीन, आम्ही तीन, आम्हाला क्षमा करा.'

वास्तविक या प्रार्थनेतून तुम्ही तीन, आम्ही तीन हे शब्द वगळले तरीही चालेल. खरी प्रार्थना तर केवळ इतकीच आहे 'क्षमा करा'. कारण प्रेम, आनंद आणि मुक्ती देणारी क्षमा साधना हीच योग्य प्रार्थना आहे.'

या गोष्टीतून प्रार्थनेत अंतर्यामी असलेले भाव किती महत्त्वपूर्ण आहेत, हे लक्षात येतं. तिन्ही साधूंचे शब्द योग्य होते किंवा नाही परंतु त्यांचे भाव परिपूर्ण होते. त्यामुळे त्यांच्या प्रार्थनेत शक्ती होती, ती परिणामकारक ठरत होती. ही गोष्ट फादरच्याही लक्षात आली.

कित्येक लोक शतकानुशतकं चालत आलेल्या संस्कृत किंवा अशा अन्य भाषांमध्ये दररोज प्रार्थना, मंत्र किंवा श्लोक म्हणतात. त्यांचा परिपूर्ण अर्थ म्हणणाऱ्यांनाही माहिती नसतो. जरा विचार करा. ज्या शब्दांचा अर्थही ठाऊक नाही ते शब्द वारंवार उच्चारून त्यात भाव कसे निर्माण होणार? मग लोक ईश्वरालाच दोष देतात, 'इतक्या प्रार्थना करूनही फळ काही मिळालं नाही...' वास्तविक सत्य तर हेच आहे, 'देव भावाचा भुकेला!' तुमचे भाव त्याच्यापर्यंत पोहोचलेच नाहीत, तर तो प्रार्थना पूर्ण करणार कसा?

विश्वास

ईश्वराला क्षमा प्रार्थना करताना, ईश्वर माझी प्रार्थना ऐकतोय आणि पूर्णही करतोय हा संपूर्ण विश्वास तुम्हाला वाटायला हवा. तुमचा विश्वासच तुमच्या प्रार्थनेला बळ देतो. 'विश्वासाची ताकद' एका गोष्टीच्या माध्यमातून समजून घेऊया.

गावातला एक माणूस पोटदुखीच्या त्रासाने खूप हैराण झाला होता. शहरातले एक मोठे डॉक्टर त्याच्यावर नक्कीच उपचार करू शकतील असं त्याला कुठूनतरी समजलं. एके दिवशी सकाळीच तो शहरातल्या डॉक्टरांच्या घरी पोहोचला. डॉक्टर झोपेतून उठून बाहेर आले आणि त्यांनी त्याला तपासलं. त्या माणसाचा आजार बरा होण्यासाठी कदाचित ऑपरेशन करावं लागेल, असं डॉक्टरांना वाटलं. परंतु काही टेस्टनंतरच हे निश्चित होणार होतं. त्यामुळे डॉक्टरांनी त्याला संपूर्ण तपासणीसाठी क्लिनिकला यायला सांगितलं.

यावर गावकरी म्हणाला, 'मी नाही येऊ शकणार डॉक्टरसाहेब. मला

तर इथली काहीच माहिती नाही. तुमचं क्लिनिक कुठं आहे, कसं यायचं तेही समजणार नाही आणि माझ्याकडे तपासण्या करण्यासाठी पैसेही नाहीत. तुम्ही कृपया आत्ताच इथे मला काहीतरी औषध द्या.'

डॉक्टर विचारात पडले, आता काय सांगावं या माणसाला! एकतर याला काही समजत नाही आणि याच्याकडे उपचारासाठी पैसेही नाहीत. त्यामुळे त्याला टाळण्यासाठी डॉक्टरांनी त्यांना योग्य वाटणारं औषध एका कागदावर लिहून दिलं आणि सांगितलं, 'हे औषध २१ दिवस घे.' चिठ्ठी घेऊन, डॉक्टरांना धन्यवाद देत तो माणूस आनंदाने आपल्या गावी परत गेला.

२१ दिवसानंतर तो पुन्हा डॉक्टरांना भेटायला आला आणि म्हणाला, 'डॉक्टर साहेब, खूप खूप धन्यवाद! तुमच्या उपचाराने मी पूर्णपणे बरा झालोय. माझा आजारही नाहीसा झाला.' त्याचं बोलणं ऐकून डॉक्टरांना आश्चर्य वाटलं, की हा माणूस ऑपरेशनशिवाय कसा बरा झाला? डॉक्टरांना त्या माणसाला लिहून दिलेल्या औषधाचं नावदेखील आठवेना.

ते म्हणाले, 'मी तुम्हाला लिहून दिलेली चिठ्ठी दाखवा बरं.' यावर तो माणूस म्हणाला, 'कोणती चिठ्ठी?' 'अहो मी तुम्हाला औषधाचं नाव लिहून दिलं होतं ती चिठ्ठी.' डॉक्टरांनी खुलासा केला. यावर तो खेडूत आश्चर्य प्रकट करत म्हणाला, 'औषधाची चिठ्ठी...? अहो तुम्हीच तर सांगितलं होतं की हे २१ दिवस घ्या. तर मी त्या कागदाचे २१ तुकडे केले आणि रोज एक-एक करून खात राहिलो. त्यामुळेच तर मी बरा झालो.'

गोष्टीचं मर्म सांगतं, की गावातला माणूस अडाणी, अशिक्षित खेडूत होता. कागदालाच औषध समजून त्याने ते घेतलं आणि त्यामुळे तो बराही झाला. कारण त्याचा 'त्या' औषधावर संपूर्ण विश्वास होता. ही असते 'विश्वासाची ताकद'.

खेडूत माणसाच्या विश्वासाने अशक्य गोष्ट शक्य करून दाखवली. कित्येकदा सुशिक्षित माणसं योग्य ते औषधोपचार करूनही बरे होत नाहीत. कारण त्यांचा औषधोपचारावर संपूर्ण विश्वास नसतो. 'हे औषध योग्य आहे की नाही... बरं व्हायला इतका वेळ लागतो का?' असे संशयी विचार त्यांच्या मनात वारंवार येतात. परंतु हा खेडूत बरा झाला. कारण त्याला संपूर्ण विश्वास होता, की डॉक्टरांनी सांगितलंय, 'हे औषध आहे तर हेच औषध आहे आणि तेच मला रोगमुक्त करणार आहे.'

क्षमा-प्रार्थना हा विषय प्रस्तुत पुस्तकाद्वारे तुम्ही समजून घेत आहात. कित्येकांना

याबद्दलही शंका वाटेल, की 'असं कसं घडू शकतं? मनातल्या मनात क्षमा मागून इतरांना कसं समजणार... आपल्याला कशी क्षमा मिळणार... कर्मबंधनातून मुक्ती कशी मिळणार... ही पद्धत खरोखर योग्य आहे की नाही?' इत्यादी.

प्रत्यक्षात क्षमा साधना अदृश्यामध्ये काम करते. अदृश्यात ज्या गोष्टी काम करतात, त्यावर तर्कबुद्धी असणाऱ्यांचा विश्वास लवकर बसत नाही. विश्वास नाही तर प्रार्थनेत भाव उतरत नाहीत. परिणामस्वरूप, प्रार्थनेचं शंभर टक्के फळ त्यांना मिळत नाही. विश्वासाची ताकद ओळखून त्या खेडूताप्रमाणे संपूर्ण विश्वास ठेवून क्षमा साधना करणाऱ्यांना, आपल्या आयुष्यात चमत्कारिक परिणामदेखील बघायला मिळतात.

संशयाची कर्मबंधनं नाहिशी करून विश्वास वृद्धिंगत होण्यासाठी इकाईला प्रार्थना करा–

'हे ईश्वरा! मी संशयाच्या नव्हे, तर विश्वासाच्या पक्षात आहे.
माझ्या अविश्वासासाठी मला क्षमा कर.
माझ्यातल्या त्या सगळ्या अडथळ्यांना दूर कर,
ज्या माझा विश्वास दुबळा बनवतात.
माझा विश्वास तेज विश्वास बनावा,
धन्यवाद... धन्यवाद... धन्यवाद!'

जागृती

क्षमा-प्रार्थना करताना जागृती नसेल, सजगता नसेल, तर तुम्हाला त्याचा संपूर्ण लाभ मिळणार नाही. तुम्ही क्षमा मागत आहात याचाच अर्थ, तुमच्याकडून झालेल्या चुका आता तुमच्या लक्षात येत आहेत. चुकांची जाणीव झाल्यावर त्या दूर करण्यासाठी तुमची चेतनाही वाढायला हवी. कारण तुम्ही क्षमा साधना तर करत आहात; परंतु वृत्तींमुळे दररोज त्याच त्या चुकांची पुनरावृत्ती तुमच्याकडून होत असते.

समजा, कंबरेच्या दुखण्याने तुम्ही हैराण आहात. त्यासाठी रोज रात्री कंबरेच्या सूक्ष्म देहाला आपल्या ध्यानक्षेत्रात बोलावून तुम्ही क्षमा ध्यान करता. कंबरेची काळजी घेण्याचं वचनही देता. परंतु दुसरा दिवस सुरू होताच, तुम्ही यांत्रिकपणे जुन्या सवयींनुसारच सगळी कामं करता. चुकीच्या पद्धतीने उठता-बसता, कंबरेवर गरजेपेक्षा जास्त ताण देता. रात्री पुन्हा कंबरेला क्षमा प्रार्थना करता आणि तिने स्वतःची काळजी स्वतः घ्यावी, स्वतःला बरं करावं अशी कंबरेकडून अपेक्षा करता.

कंबर किंवा अन्य कोणताही अवयव स्वतःची काळजी स्वतः घेऊन त्याला बरं करू शकतो. अट इतकीच आहे, की तुम्ही त्या त्रासात भर घालू नका. बरं होण्यासाठी पुरेसा वेळ द्या. क्षमा साधना करताना आपले भाव, विचार आणि क्रिया यांमध्ये जागरूकता बाळगायला हवी. समजपूर्ण जीवन जगायला हवं. चुकांची पुनरावृत्ती टाळायला हवी.

आपली जागृती वाढवून बेहोशीची कर्मबंधनं नाहीशी करण्यासाठीदेखील तुम्ही इकाईला प्रार्थना करू शकता.

'हे ईश्वरा! मी बेहोशीच्या नव्हे, तर सजगतेच्या पक्षात आहे.

मी अज्ञानाच्या नव्हे, तर ज्ञानाच्या (जागृतीच्या) पक्षात आहे.

कृपया मला माझ्या बेहोशीसाठी क्षमा करा.

माझ्या त्या वृत्तींसाठी क्षमा करा, ज्या माझी चेतना हिरावून घेतात.

अशा वृत्तींना माझ्यापासून दूर करा, माझा इन-साफ करा, मला क्षमा करा,

धन्यवाद... धन्यवाद... धन्यवाद...!'

निरंतरता

कोणत्याही गोष्टीत यश मिळवण्यासाठी निरंतरता हा सर्वांत मोठा गुण आहे. सातत्य असेल तर बाकीचे गुणही हळूहळू येतातच. परंतु निरंतरतेच्या अभावी उत्तम गुणांचादेखील फारसा लाभ मिळत नाही. सातत्याचं महत्त्व अधोरेखित करणारी 'कासव आणि ससा' ही गोष्ट सुपरिचित आहेच. गुणांची कमतरता असूनही निरंतरतेमुळे कासवाने सशाला हरवण्यासारखं अशक्य कामही करून दाखवलं.

मनुष्य अज्ञानात सातत्याने कर्मबंधनं बांधत राहतोच. कारण लहानपणापासून त्याचं प्रोग्रॅमिंगच तसं झालंय. परंतु आता तुम्हाला क्षमा-साधनेचं महत्त्व पटलंय. त्याची आवश्यकता लक्षात आलीय. तेव्हा कर्मबंधनं मिटवण्याचं कामदेखील तुम्ही सातत्यानं करायला हवं. त्याचबरोबर नवीन कर्मबंधन तयार होऊ नये यासाठी जागृतीही वाढवायला हवी. यासाठी क्षमा-साधना सातत्याने करत राहा. कर्मबंधनांचं बंडलदेखील क्षमा-साधनेच्या अखंड प्रहाराने तुटेल. कुऱ्हाडीने सतत प्रहार केल्याने मोठ्यातल्या मोठा वृक्षही उन्मळून पडतो, त्याचप्रमाणे खोलवर असणारी कर्मबंधनंदेखील समूळ नष्ट होतील.

यासाठी संधी मिळताच क्षमा साधना करावी. रात्री झोपण्यापूर्वी तर अवश्य करावीच. यामध्ये सातत्य नसेल परंतु निरंतरतेची आवश्यकता जाणवण्याइतपत तुमच्यात जागृती निर्माण झाली असेल तरीही पुरेसं आहे. आळसरूपी कर्मबंधनं नाहीशी करण्यासाठी

आणि सातत्य येण्यासाठी इकाईला प्रार्थना करा -

'मी अडचणींच्या नाही, सातत्याच्या पक्षात आहे.

ज्या कारणामुळे (कर्मबंधनांनी) माझ्या निरंतरतेमध्ये अडथळा आला आहे,

ते कारण दूर करावं.

मला माहिती नाही ती माझी एखादी वृत्ती आहे,

धारणा आहे, की जुना विचार आहे.

जे काही कर्मबंधन आहे, त्यासाठी कृपया मला क्षमा करा.

ते माझ्यापासून दूर करा, माझा इंसाफ करा,

धन्यवाद... धन्यवाद... धन्यवाद...!'

दररोज किमान इतकी प्रार्थना केली, तर निरंतरतेमध्ये असणारा ब्लॉक (अडथळा) अचानक दूर झाल्याचं तुम्हाला जाणवेल.

संपूर्ण समर्पण

क्षमा प्रार्थना संपूर्ण समर्पण भावनेसह व्हायला हवी. इकाईबद्दल तुमचं तेच समर्पण असायला हवं, जे एखाद्या शेतकऱ्याचं त्याच्या जमिनीप्रति असतं. शेतकरी शेतात बी पेरतो आणि निश्चिंत राहतो. शेतीसंबंधीची इतरही कामं तो करतोच पण जमिनीच्या कसदारपणावर शंका घेत नाही. पेरलेलं बी उगवणार की नाही अशी भीती बाळगत नाही. अशाच प्रकारे इकाईला, त्याच्या कोणत्याही रूपाला केलेली क्षमा साधना ही बी पेरण्यासारखीच आहे. प्रार्थनेचं फळ आल्यावर जो आनंद तुम्ही अनुभवणार आहात, त्याचीच अनुभूती, निश्चिंतता प्रार्थना केल्यानंतर अनुभवायला हवी.

आता माझी प्रार्थना इकाईच्या ओंजळीत असल्याने मी निश्चिंत आहे, अशी भावना तुमच्यात असायला हवी. तुमच्यासाठी योग्य काय हे तुम्हाला माहिती नसलं तरीही इकाईला तुमच्या हिताची, आवश्यकतेची जाणीव असते. त्यामुळे तुमची प्रार्थना केव्हा, कशी आणि कधी पूर्ण करायची याची निवडदेखील त्याच्यावरच सोपवून द्या. याच समर्पण भावनेतून प्रत्येक प्रार्थनेच्या शेवटी इकाईला अवश्य सांगा -

'तुझी इच्छा, तीच माझी इच्छा'

वास्तविक ही प्रार्थना इकाईबद्दल असणाऱ्या संपूर्ण समर्पणाचा मंत्र आहे.

खंड - ३
कर्मबंधनांच्या जंजाळातून मुक्ती

अध्याय ११

कर्मबंधन-निर्मितीचा पहिला कारखाना

संवाद

आपल्या संवादातून म्हणजेच इतरांशी केलेल्या वार्तालापातून सहजपणे आणि वेगाने कर्मबंधनं तयार होतात. आपले विचार आणि वाणी यांना कर्मबंधनांचा कारखाना म्हणावा लागेल. कारण या दोघांकडून कर्मबंधनांची निर्मिती फार लवकर घडते. विचारांवर काबू ठेवणं थोडं कठीण आहे परंतु वाणीमुळे तयार होणाऱ्या बंधनांना ताबडतोब आळा घालता येतो. त्यासाठी गरज आहे ती थोड्याफार जागरूकतेची. कर्मबंधनांचे दुष्परिणाम काय होतात हे तुम्ही समजून घेत असल्याने अशा बंधनांपासून स्वतःचा बचाव तुम्हाला नक्कीच करावासा वाटेल.

चुकीच्या (बूमरँग...) शब्दांचा वापर

एकदा एक माणूस चित्रांचं प्रदर्शन पाहायला गेला. प्रदर्शन पाहता पाहता एका चित्राला त्याने उत्सुकतेने हात लावला. त्या चित्राची रंगसंगती त्याला आवडली नाही. तो पटकन् म्हणाला, 'किती बकवास रंग भरले आहेत, सगळं पेंटिंग खराब केलंय... हा वेडा चित्रकार कोण आहे?'

पाहिलंत, त्या माणसाने एखाद्याला किती सहजरीत्या वेडा ठरवलं. कारण बोलण्यासाठी कुठे पैसे पडतात? शब्द तर मोफत आहेत. त्यामुळे आपण सहजपणे कुणालाही, काहीही बोलून जातो. परंतु हे शब्द जणूकाही बूमरँगचं काम करतात. शब्द चांगले असो अथवा वाईट, प्रेमाचे असो किंवा तिरस्काराचे, ते फिरून आपल्यावरच येऊन आदळतात. प्रेमाचे शब्द असतील तर बूमरँगसोबत प्रेमच घेऊन येणार आणि तिरस्कारयुक्त शब्द असतील, तर बूमरँग तिरस्कारच आणणार. खरंतर त्याने अजाणतेपणी त्या माणसाला वेडा संबोधलं. परंतु कर्मरेषा स्वतःच्या मनावर ओढली, त्याची फिंगर प्रिंट सोडली.

वाणीच्या कर्मबंधनाचं प्रसिद्ध उदाहरण म्हणजे महाभारतातील द्रौपदी. पांडवांनी एका महालाची निर्मिती केली आणि तो पाहण्यासाठी कौरवांना आमंत्रित केलं. या महालात एके ठिकाणी पाणी नव्हतं, तर केवळ पाण्याचा आभास होता. तिथून चालताना मात्र दुर्योधन पाणी समजून जपून पावलं टाकत गेला. परंतु पुढे एक स्थान असं होतं जेथे पाणी असूनही जमिनीचा आभास होत होता. तिथे जमिन समजून दुर्योधन चालू लागताच पाय घसरून पाण्यात पडला. ते दृश्य पाहून द्रौपदी जोरजोरात हसू लागली आणि तिने दुर्योधनाला टोमणा मारला, 'अंधाचा मुलगा अंधच!'

तो टोमणा ऐकून दुर्योधन क्रोधाने संतप्त झाला. त्यानंतर जे घडलं ते तर तुम्हाला ठाऊक आहेच, महाभारत! द्रौपदीचे शब्द दुर्योधनावर वार करून (कर्मबंधन ओढून) गेले. त्या शब्दांनी तो इतका घायाळ झाला, की भर सभेत द्रौपदीचं वस्त्रहरण करून त्याने अपमानाचा सूड घेतला. त्यातूनच पुढे महाभारताचं युद्ध झालं.

सांगण्याचं तात्पर्य, कोणत्या शब्दाचा, कुणावर, कसा परिणाम होईल हे आपल्याला ठाऊक नसतं. त्यामुळे शब्दांची निवड नेहमी विचारपूर्वकच करायला हवी.

कित्येकदा आपण अविचाराने खूप काही बोलून जातो. शिवाय आपण चुकीचं बोललोय, असंही आपल्याला वाटत नाही. परंतु ऐकणाऱ्याला मात्र दुःख होऊ शकतं, तिथे आपल्यासाठी रेषा ओढली जाऊ शकते. तुम्ही ज्यांच्यासाठी वाईट शब्द वापरले, मग तो तुमच्या ऑफिसचा कारकून असो, ट्रॅफिकमध्ये तुम्हाला ओव्हरटेक करणारा अनोळखी माणूस असो किंवा होमवर्क करायला लागू नये म्हणून पळ काढणारा तुमचा मुलगा असो, तिथे तिथे कर्मरेषा ओढली जातेय, ज्याचं पार्सल कधी ना कधी तुमच्यापर्यंत पोहोचणार, हे नीट ध्यानात ठेवा.

तोलामोलाचे बोल

काहीही बोलायचं असेल, तर तोंड उघडण्यापूर्वीच सजग व्हा. काही बोलण्याअगोदर मनातल्या मनात शब्दांना चाचपडून पाहा. ते कोणत्याही प्रकारचं बंधन तर निर्माण करत नाहीत ना हे पडताळून पाहा. यासाठी काही बाबींची काळजी अवश्य घ्या –

१. मनाला दुःख देणारे, बोचणारे शब्द बोलू नका.

२. परस्परांमध्ये भांडणं लावणाऱ्या आणि उचकवणाऱ्या भाषेचा वापर करू नका.

३. कोणत्याही तिसऱ्या माणसाविषयी वाईट बोलू नका.

४. नकारात्मक शब्दांचा वापर करू नका.

५. कुणालाही नैराश्य आणणारे शब्द वापरू नका.

६. क्रोध आणणाऱ्या भाषेचा वापर करू नका.

यापुढे कुणाशीही बोलताना तुम्ही नक्कीच सजग राहाल. परंतु आत्तापर्यंत तुम्ही जे जे बोललात आणि त्याच्यापासून असंख्य कर्मबंधनं तयार झालीत, त्यांचं काय? त्यासाठी आहे, क्षमा डस्टर! मन शांत करून बसा. ज्या संवादांमुळे कर्मबंधनं बांधली गेली असं तुम्हाला वाटतंय त्या सगळ्या जुन्या गोष्टी आठवून क्षमा साधना करा. त्या लोकांकडे तुम्ही सरळ, प्रत्यक्षात क्षमा मागितली तर आणखी छान. त्यामुळे तुमचे नातेसंबंधही सुधारतील. परंतु हे जर शक्य नसेल, तर त्यांच्या सूक्ष्म देहाला पुढीलप्रमाणे क्षमा मागा.

क्षमा ध्यान

आमंत्रण द्या – प्रिय .... (क्षमा मागायची आहे त्या व्यक्तीचं नाव) च्या दिव्य सूक्ष्म देहा! मी तुम्हाला माझ्या ध्यानक्षेत्रात आमंत्रित करत आहे.

क्षमा मागा – 'मी ...... ला साक्षी ठेवून तुमची क्षमा मागतो. मी तुम्हाला कळत-नकळत चांगलं-वाईट बोललो, जे दुःख दिलं त्यासाठी कृपया मला क्षमा करा. तुम्हाला शरीर समजून तुमच्याशी वागलो, तुमच्या आतमध्ये असणाऱ्या परम चेतनेला (सेल्फला) बघितलं नाही, यासाठीदेखील मी क्षमाप्रार्थी आहे. इथून पुढे माझ्याकडून असे शब्द उच्चारले जाणार नाहीत, अशी चूक पुन्हा घडणार नाही याची मी पूर्ण दक्षता घेईन.'

(इथे साक्षी म्हणून तुम्ही गुरू, ईश्वर, तुमचा आदर्श किंवा ज्यांच्यासमोर तुम्ही

स्वतःला अधिकाधिक जबाबदार, सजग आणि समर्पित असल्याचं अनुभवता त्यांना नजरेसमोर आणा.)

धन्यवाद द्या – माझ्या ध्यानक्षेत्रात येण्यासाठी आणि मला क्षमा केल्याबद्दल खूप खूप धन्यवाद. मी तुमच्यावर खूप प्रेम करतो, तुमचा आदर करतो. कृपया आता तुम्ही आपल्या स्थानावर परत जा... धन्यवाद... धन्यवाद... धन्यवाद...!

तुमच्या शब्दांनी समोरचा माणूस दुखावलाय, हे कधी कधी तुमच्या लक्षात येतंही. तरीदेखील जबाबदारीचा भाग म्हणून अशा शब्दांचा वापर करणं गरजेचं असेल तर नक्की करा; परंतु सजग राहून. त्या संवादांमध्ये क्रोध, चीड, तिरस्कार यांसारख्या व्यक्तिगत भावनांची भेसळ करू नका. आवश्यक ते बोलून झाल्यावर त्याची न विसरता क्षमा प्रार्थना करा. जसं, आईवडिलांना किंवा शिक्षकांना कधी कधी आपल्या मुलांना, बॉसला आपल्या कर्मचाऱ्यांना किंवा जवळच्या नात्यांतही कडक बोलावं लागतं. हे करत असतानाच मनातल्या मनात क्षमा प्रार्थना करून कर्मबंधन नाहीसं करायला विसरू नका.

वाणी किंवा जिभेव्यतिरिक्त आपल्या अंतर्यामी कर्मबंधनांचे आणखीही कारखाने आहेत. दुसरा कारखाना कोणता, हे पुढच्या अध्यायात जाणून घेऊया.

अध्याय १२

कर्मबंधन-निर्मितीचा दुसरा कारखाना

स्वसंवाद

'**स्व**संवाद' म्हणजे स्वतःशी केलेला संवाद. मनातल्या मनात स्वतःशी जे बोललं जातं, त्याला स्वसंवाद असं म्हटलं जातं. वास्तविक आपले विचार, विचार करण्याची पद्धत, आतल्या आत होणारी बडबड, हे सगळे स्वसंवाद आहेत. आपण अधिकाधिक स्वसंवादच करतो. त्यामुळे या कारखान्यातून सर्वाधिक कर्मबंधनांची निर्मिती होते.

कित्येकदा वाईट शब्द प्रत्यक्षात उच्चारले जात नाहीत. पण मनातल्या मनात त्यावर विचार होतो. समजा, एखाद्या दुकानात तुम्ही खरेदीसाठी गेला. तेथे तुम्हाला हव्या असणाऱ्या गोष्टीची किंमत जास्त वाटली. म्हणून दुकानदाराला तुम्ही म्हणता, आता नको. नंतर कधीतरी ती वस्तू घ्यायला येऊ आणि हवी असणारी गोष्ट न घेताच दुकानाबाहेर येता. तुमचा प्रतिसाद पाहून दुकानदाराला तुम्ही समजूतदार वाटता. परंतु तुम्ही दुकानातून बाहेर पडताना विचार करत असता, 'हा दुकानदार दुकान चालवण्याच्या लायकीचा तरी आहे का... भाव किती वाढवून सांगत होता... ग्राहकांना लुटतच होता...' खरंतर यातला एक शब्ददेखील तुम्ही उच्चारला नाही. स्वतःच्या मनातच विचार केला. तरीही त्या दुकानदाराबद्दल कर्मरेषा तयार झाली. तुमचे फिंगर प्रिंटस् छापले गेले.

अशाप्रकारे स्वसंवाद हा अत्यंत महत्त्वाचा असतो. कारण शब्द चांगले असो अथवा वाईट, तोंडातून बाहेर पडण्यापूर्वी, मनातल्या मनात त्यांच्यावर विचार केला जातो. त्यांची निर्मिती प्रथम मनात होते. त्यानंतर तोंडातून त्यांचं वितरण होतं. यासाठी

मनातल्या मनात निरंतर सुरू असणाऱ्या स्वसंवादांबाबत आपण नेहमी सजग राहायला हवं. स्वसंवादांचे सुसंवाद बनवून कुसंवाद घडणार नाहीत, याची काळजी घ्यायला हवी.

स्वसंवादांचा प्रभाव

स्वसंवादांच्या प्रभावाची जाणीव नसणारा मनुष्य विचार करतो, 'मी तर केवळ मनातल्या मनात एखाद्याला दोष देतोय किंवा काही विचार करतोय. मी प्रत्यक्षात थोडंच कुणाला वाईट बोललोय. माझ्या मनातल्या गोष्टी माझ्याच मनात राहिल्या तर यात माझं काय चुकलं?' अशा वेळी त्याला समजावून सांगावं लागेल, 'अरे तुला मनातल्या संवादांचा प्रभाव समजत नाही हीच तुझी चूक आहे. एखाद्याबद्दल मनात वाईट विचार करून तू स्वतःसाठी कर्मरेषा ओढत आहेस. ज्या गोष्टी मनातल्या मनात वारंवार उगाळल्या जातात, त्या एक ना एक दिवस वास्तव बनून समोर येतातच.'

त्यामुळे लक्षात घ्या, एखाद्याविषयी वाईट विचार करत असाल, तर तुम्ही त्या माणसाचं नव्हे, तर स्वतःचंच नुकसान करत आहात. नकळतपणे तुम्ही आतमध्ये कर्मबंधनं साठवून ठेवत आहात. कालांतराने हीच कर्मबंधनं तुमच्याकडून चुकीची कामंही करून घेतील. शिवाय ती साठत जाऊन तुमचं मानसिक तसंच शारीरिक आरोग्यही बिघडवतील. चुकीच्या स्वसंवादांच्या कर्मबंधनांमुळे मन अस्वस्थ होतं. मग हीच बेचैनी शरीराच्या माध्यमातून अनेक आजारांना आमंत्रित करते.

अशा वेळी योग्य स्वसंवादासाठी काय करायचं हा प्रश्न निर्माण होतो. उत्तर सोपं आहे! मनात कोणत्या भाव-बीजांची पेरणी केली जातेय? मनरूपी शेतीतून मोती उगवत आहेत, की दगड याचं अवलोकन करावं लागेल. स्वसंवाद मनामध्ये घडतो. स्वसंवाद म्हणजे बाह्य वर्तणुक आणि क्रिया यांना नियंत्रित करणारं आवश्यक हत्यार आहे. म्हणूनच त्याची योग्य ती काळजी घ्यायला हवी. अर्थात आपल्या स्वसंवादावर लक्ष द्यायला हवं.

आयुष्यात कोणतीही समस्या आली तरीही ती आपण प्रेमाने, शांततेने आणि गोड शब्दांत हाताळू शकतो. परंतु हे तेव्हाच घडेल जेव्हा स्वसंवादांतही हेच भाव असतील. नाहीतर 'तोंडाने रामनाम आणि काखेत सुरा' म्हणजेच वरवर चांगलं बोलायचं आणि आतमध्ये मात्र कपट! अशी अवस्था असेल तर? अर्थात स्वसंवादात अपशब्द आणि प्रत्यक्षात मैत्रीचा दिखावा! तर यातून काहीही निष्पन्न होणार नाही.

सहजपणे स्वसंवाद साधा

आपल्या भावनांवरून आपल्या अंतर्यामी चुकीचा स्वसंवाद सुरू आहे, हे समजेल. मनात निराशा, नकारात्मकता, उदासीनता, चीड किंवा राग असेल तर स्वसंवाद चुकीच्या दिशेने चाललाय, असं समजा. स्वसंवाद चुकीचा असेल तर सापाची शेपूट तयार होतेय असं समजा. पण त्याच वेळी त्यावर क्षमेचा डस्टर फिरवला तर साप तयार व्हायला वावच मिळणार नाही. त्यामुळे मनात एखाद्याबद्दल किंवा स्वतःबद्दलही चुकीचा स्वसंवाद आला, तर त्यासाठी इकाईकडे ताबडतोब क्षमा साधना करा –

'हे इकाई, माझ्या चुकीच्या स्वसंवादांसाठी मला क्षमा कर.

त्याचबरोबर मला नकारात्मक स्वसंवादांपासून दूर ठेव.

माझ्या स्वसंवादांमध्ये सकारात्मता, प्रेम आणि आनंद

भरभरून असावा अशी मला शक्ती दे.

माझ्या स्वसंवादांचा माझ्यावर आणि इतरांवरही चांगला परिणाम घडावा.

माझी प्रार्थना ऐकली यासाठी खूप खूप धन्यवाद.'

स्वसंवाद अचानक सुधारणार नाहीत. यासाठी तुम्हाला योग्य स्वसंवादांचा सातत्याने अभ्यास करावा लागेल. स्वसंवादांना नवीन सकारात्मक दिशा द्यावी लागेल. पुढील स्वसंवादांसारखे काही चांगले स्वसंवाद निवडून ते वारंवार उच्चारा.

- मी माझ्या नकारात्मक स्वसंवादांपासून मुक्त होऊन शांत होत आहे.

- आयुष्यावर माझा विश्वास आहे. त्यामुळे निश्चितच माझं संरक्षण होणार आहे.

- मी शांत आहे, महत्त्वपूर्ण आहे, संपूर्ण आहे... मी स्वतःवर प्रेम करतो, स्वतःचा स्वीकार करतो.

- मी प्रेम करण्यासाठी लायक आहे. मला उत्साह जाणवतोय. मी प्रेमपूर्वक माझ्या शरीराची, बुद्धीची आणि सगळ्या अवयवांची काळजी घेतो.

- मी जीवनातला आनंद आत्मसात करून त्याची अभिव्यक्तीही करतोय.

- माझ्या जीवनात नेहमी योग्य कार्य, योग्य वेळीच घडतात, यावर माझा विश्वास आहे.

- मी चैतन्य आहे आणि मजेने आयुष्यातील प्रत्येक अनुभवाबरोबर मी प्रवाहित होतोय. सगळं काही सुरळीत आहे.
- मी आनंदाने माझ्या भूतकाळाला मुक्त करतोय आणि आता मी मजेत आहे.
- मी वर्तमानात जगत असल्याने माझ्या अंतरंगात प्रसन्न विचारांची निर्मिती सहजपणे होत आहे.
- मी इतका स्वस्थ्य आहे, की आजार माझ्या आजूबाजूला यायलादेखील घाबरतात. मी स्वास्थ्याचा आनंद घेतोय.

क्षमा साधनेच्या आधारे स्वसंवादांची जुनी कर्मबंधनं तुम्ही जसजशी नष्ट करत जाल आणि पुढील स्वसंवादांमध्ये सुधारणा करत जाल, तसतसे तुमच्या जीवनात घडणारे आश्चर्यकारक बदल अनुभवाल. त्यानंतर आयुष्यातली सगळी नकारात्मकता दूर होईल. प्रेम, शांतता, स्वास्थ्य, सकारात्मकता आणि आनंद तुमच्याकडे आकर्षित होऊ लागेल.

संवाद आणि स्वसंवादांवर काम केल्यानंतर आपल्या अंतर्यामी वर्षानुवर्षं दबून राहिलेल्या वृत्ती आणि विकारांतून मुक्त होण्याची वेळ येते. कारण तेदेखील आपल्या अंतर्यामी दडलेले कर्मबंधनांच्या निर्मितीचे मोठे कारखाने आहेत. पुढील अध्यायात याच कारखान्यावर प्रकाश टाकूया.

अध्याय १३

कर्मबंधन-निर्मितीचा तिसरा कारखाना

वृत्ती आणि विकार

वृत्ती आणि विकार आपल्या अंतर्यामी दडलेल्या कर्मबंधनांचे असे छुपे कारखाने आहेत, जे आपल्याला जाणीव होऊ न देताच कर्मरेषा बनवत राहतात. कारखाना बंद झाल्याचा आपल्याला भास होतोही, तरीदेखील 'हे' लपूनछपून कर्मफळांची निर्मिती सुरू ठेवतातच. पुढील गोष्टीतून ही बाब अधिक स्पष्ट होईल.

एकदा एका साधूने हिमालयात दीर्घकाळ तपश्चर्या केली. तपश्चर्येमुळे त्याच्या चित्तवृत्ती शांत, स्थिर झाल्या. तो नेहमी भक्ती आणि आनंदात लीन असायचा. हिमालयात बराच काळ व्यतीत केल्यानंतर साधू आपल्या गावी परतला. गावकऱ्यांनी त्याचं मोठ्या उत्साहानं स्वागत केलं. त्याची शोभायात्राही काढली. साधूच्या चेहऱ्यावरचं तपश्चर्येचं तेज, त्याची शांत मुद्रा सर्वांचं लक्ष वेधून घेत होती. त्या साधूला चरणस्पर्श करून आशीर्वाद घेण्यासाठी सगळ्याच गावकऱ्यांनी त्याच्याभोवती गर्दी केली. याच गडबडीत एका माणसाचा पाय साधूच्या पायावर जोरात पडला आणि तो साधू वेदनेने कळवळला. त्याच्या तोंडून गावकऱ्यांसाठी तेच अपशब्द बाहेर पडले, जे कित्येक वर्षांपूर्वी हिमालयात जाण्याअगोदर तो बोलत असे.

हे अगदी असंच घडलं जसं, एखाद्या तलावात वर्षानुवर्षं जमा झालेला कचरा तळाशी रुतून बसतो. परंतु वर वर पाहणाऱ्यांना मात्र तलावातलं पाणी स्वच्छ वाटतं.

हळूहळू तलावालादेखील आपल्या आतमध्ये असणारा कचरा दिसेनासा होतो. तोही स्वतःला साफ, स्वच्छ समजू लागतो. 'माझ्यात आता कोणतीच कमतरता नाही. सर्व प्रकारच्या वृत्ती, विकारांतून मी मुक्त आहे' असा समज (गैर) तो करून घेतो. पण एके दिवशी कुणीतरी त्या तलावात काठी फिरवतं. परिणामी पाण्याच्या आत अगदी खोलवर असणारा कचरा पृष्ठभागावर येतो. आता सगळं पाणी गढूळ होतं. तेव्हा कुठे तलावाला स्वतःमधील अस्वच्छतेची जाणीव होते.

अगदी अशाच प्रकारे आपल्यातही वृत्ती-विकारांचा वर्षानुवर्षांचा कचरा साचला आहे. त्यामध्ये काठी फिरताच तो कचरा वर-पृष्ठभागावर येतो. आपल्या वागण्यात, प्रतिसादात तो कचरा दिसू लागतो. अर्थात आपल्याकडून कळत-नकळत चुकीची कर्मं घडतात. त्या साधूच्या आतही एक काठी फिरवली आणि कित्येक वर्षांपासून त्याच्यात दडून राहिलेला क्रोधरूपी कचरा बाहेर आला. हिमालयात जाऊन केलेल्या दीर्घ साधनेनंतरही तो नाहीसा झाला नव्हता. बाह्य रूपात प्रकटलेलं हे कर्मबंधन साधूने वेळीच ओळखलं असतं, क्षमा प्रार्थना केली असती, तर त्याच्याकडून कदापि हे कर्मबंधन तयार झालं नसतं.

परिस्थिती, वातावरण, स्थान, स्मृती, एखादा मनुष्य... हे सगळे वेळोवेळी आपल्या आतमध्ये काठी फिरवण्याचं काम करतात. यांपैकी कुणीही बदललं तर आपल्यातील वृत्ती आपल्यावर ताबा मिळवतात. मग वृत्तीरूपी कर्मबंधनातून नवीन कर्मबंधन तयार करून आधीच्या कचऱ्यामध्ये आणखी भर घालायची, की त्याच्यावर 'क्षमे'चा झाडू फिरवून तो साफ करायचा, हा निर्णय सर्वस्वी आपल्या हातात आहे. कर्मबंधनांचं रहस्य आपल्याला उलगडलं असेल तर बाहेर आलेल्या कचऱ्यावर मनन करून, क्षमा साधनेद्वारे तो साफ (सेटल) करण्याकडेच आपला कल असेल. त्यामुळे आपला प्रतिसाद कचरामुक्त होईल, जो नवीन कर्मबंधन बनवणार नाही.

कर्मबंधन-वृत्तीचे वर्तुळ

आपल्या अंतर्मनात असंख्य वृत्तींचा साठा (स्टॉक) आहे, जो अशाच एखाद्या घटनेमुळे क्रियाशील (ट्रिगर) होऊन वर-पृष्ठभागावर येतो. जसं, त्या साधूच्या बाबतीत घडलं. सर्वप्रथम, आपण आपल्या विचारांनी आणि कृतींनी कर्माचं बंधन तयार करतो. ज्या कर्मबंधनांची पुनरावृत्ती वारंवार होते त्यातूनच वृत्ती आणि सवयी बनतात. वृत्ती तयार झाल्यावर आपली कमांड तिच्या हातात जाते आणि ती आपल्याकडून वेळोवेळी, कळत-नकळत नवनवीन बंधन तयार करून घेते. कर्मबंधनांमुळे वृत्ती तयार होतात आणि वृत्तींमुळे पुन्हा अधिकाधिक कर्मबंधनं... असा हा घटनाक्रम सुरू होतो.

जसं, एखादा माणूस आयुष्यात पहिल्यांदा खोटं बोलतो. अडचणीच्या वेळी खोटं बोलून तो स्वतःची सुटका करून घेतो खरं; पण त्याचवेळी त्याने स्वतःसाठी एक बंधन निर्माण केलंय हे त्याला ठाऊकच नसतं. उलट खोटं बोलणं त्याला फायद्याचं वाटतं. त्यानंतर तो स्वतःच्या स्वार्थासाठी वारंवार कर्मबंधनं तयार करून घेतो, ज्याची परतफेड त्याला केव्हा ना केव्हा करावी लागतेच. परतफेड करण्याची वेळ येताच लोक एकच गाऱ्हाणं मांडतात -'माझ्याच बाबतीत देव असं का वागतो...?'

कर्मबंधनं पृष्ठभागावर येतात, ती नष्ट होण्यासाठीच

आपण नवीन, ताजं, वर्तमानात जीवन जगत आहोत की जुनंपुराणं? कारण आयुष्यात ज्या घटना घडत आहेत, त्यादेखील भूतकाळातल्या कर्मबंधनांमुळे. त्या घटनांमध्ये आपण जो प्रतिसाद देत आहोत, तोदेखील जुन्या कर्मबंधनांच्या प्रभावामुळेच. याचाच अर्थ, आपण नवीन जीवन जगतच नाही.

वास्तविक जीवन तर नवीन आहे. परंतु त्यांच्यावर कर्मबंधनांचा प्रभाव आणि भार इतका प्रचंड आहे, की आयुष्याने समस्येचं रूप धारण केलंय. जीवनातल्या समस्यांमुळे आपलीच ओढाताण होतेय. प्रचंड ताणतणाव आणि जड अंतःकरणाने आपण जीवन जगतोय. परंतु तुम्हाला जेव्हा खात्री पटेल, की माझ्या आतमध्येच या दोऱ्या काम करत आहेत, तेव्हा बाहेरून त्यांचा गुंता सोडवणं तुम्ही बंद कराल. क्षमा साधना करून तो आतून सोडवायला सुरुवात कराल आणि येथे तुम्ही हेच शिकत आहात.

जे प्रतिसाद जुन्या कर्मबंधनांतून आणि वृत्तींपासून मुक्त होऊन येतात, सजगतापूर्वक दिले जातात, नवीन ताजे फ्रेश असतात, तेच भूतकाळापासून मुक्त होऊन नवजीवनाची निर्मिती करतात.

कोणत्याही कारणामुळे पृष्ठभागावर येणाऱ्या कर्मबंधनांसाठी तुमचा मंत्र असायला हवा, **'कर्मबंधनं पृष्ठभागावर येतात, ती नष्ट होण्यासाठीच.'** म्हणून कोणतीही समस्या आली, तर अजिबात घाबरू नका. कुणी वाईट शब्द वापरले, कुणाकडून वाईट कर्मं घडली, दुःख जाणवणाऱ्या घटना घडल्या, कामं अडली, मार्ग हरवला तर ताबडतोब म्हणा, **'हे जे काही वरती आलंय, ते नष्ट होण्यासाठीच आलं आहे.'** असं म्हणताना तुम्ही आनंदीही व्हायला हवं. कारण तुमच्या खात्याचा जमाखर्च आता समसमान होत आहे, तुमचा इन-साफ होत आहे.

या मंत्रासोबत कर्मबंधनांचा स्वीकार करून, क्षमा साधनेद्वारे कर्मबंधनं नष्ट करण्याचं काम सुरू करताच इन-साफ होईल, आतल्या कमरेषा नाहीशा होत जातील. अशा प्रकारे

जागृतीयुक्त प्रतिसाद देऊन, क्षमा साधनेद्वारे ताजं कर्म केल्याने बाहेरून नवीन कर्मबंधन बांधलं जाणार नाही आणि जुना साठा हळूहळू साफ होऊन आतून स्वच्छता होईल.

वृत्ती आणि विकारांकरिता क्षमा साधना

ही वेळ आहे आपल्या अंतरंगात डोकावण्याची... स्वतःला हलवण्याची... आपल्या आतमध्ये दडलेल्या वृत्तींचा तसंच विकारांचा कपटमुक्त होऊन शोध घेण्याची... त्यांच्याकडे पाठ न फिरवता त्यांचा पूर्ण स्वीकारण्याची... कारण आपल्या वृत्तींचा व विकारांचा स्वीकार केल्यानंतरच ती नष्ट करण्यासाठी तुम्ही क्षमा प्रार्थना करू शकाल. प्रकाशात न येणाऱ्या वृत्ती किंवा विकार कधीही नाहीसे होत नाहीत. ते कर्मबंधन तयार करतात आणि तुम्हाला आणखी करकचून आवळतात. म्हणून वृत्ती किंवा विकार नष्ट करण्यासाठी तुम्ही अशा प्रकारे क्षमा प्रार्थना करू शकता-

'हे इकाई, मी तुम्हाला माझ्या .... या विकारासाठी किंवा ....
या वृत्तीसाठी (विकाराचे/वृत्तीचे नाव) क्षमा मागत आहे.
माझ्या ज्या विचारांनी आणि कर्मांनी या विकाराला/वृत्तीला
बळकट केलंय, त्या सर्वांसाठी मला क्षमा करा,
हा विकार आणि विचार माझ्यातून पूर्णतः साफ करा.
माझा इन-साफ करा.
मी या विकाराचा/वृत्तीचा सहजपणे त्याग करू शकेन,
अशी शक्ती मला प्रदान करा.
मी विकाराला मुक्त करण्यासाठी पूर्णपणे तयार आहे.
मी विकाराच्या नव्हे, तर निराकाराच्या (सत्याच्या) पक्षात आहे.
मला विकारमुक्त बनवलं यासाठी तुम्हाला खूप खूप धन्यवाद.
धन्यवाद... धन्यवाद... धन्यवाद...!'

अशा तऱ्हेने निरंतरतेने क्षमा प्रार्थना करा. तुम्ही एका विकारापासून मुक्त झाला, तर असंख्य कर्मबंधनं आपोआपच नष्ट होतील. यासाठी स्वतःमध्ये शोध घेऊन तुमचे सगळे विकार आणि वृत्ती नजरेसमोर आणून ते क्षमारूपी डस्टरने साफ करा.

अध्याय १४

सुप्त कर्मबंधनं नष्ट करा

क्षमेचा डस्टर फिरवा

काही कर्मबंधनं आपल्यात वर्षानुवर्षं निद्रिस्त अवस्थेत असतात. जसं, एखाद्या टोपलीमध्ये साप वेटोळं करून सुस्त पडलेला असतो. गारुड्याने टोपलीला जरासा धक्का देताच तो पटकन फणा काढून उभा राहतो. अशाप्रकारे आपल्या अंतर्यामीदेखील कित्येक कर्मबंधनांचे वेटोळे आहेत. त्यांना सुप्त किंवा भूतकाळातली कर्मबंधनं असं म्हणता येईल.

या कर्मबंधनांचं स्मरण आपल्याला सतत होत नाही. मात्र ज्यावेळी निसर्ग दार ठोठावतो म्हणजेच आपला मूड बदलतो, जागा बदलते, परिस्थितींमध्ये बदल होतो किंवा एखादा माणूस अचानक समोर येतो आणि त्याच्याशी संबंधित भूतकाळातली एखादी गोष्ट आठवते. या आणि अशा स्थितींशी जोडलेली परंतु निद्रिस्त असलेली कर्मबंधनं फणा काढून वर येतात आणि आपलं मन नकारात्मक विचारांनी दूषित करतात. परिणामतः भूतकाळात एकदा भोगलेलं दुःख आपल्याला वारंवार भोगावं लागून त्याच्यावर पुनःपुन्हा विचार करून नवनवीन कर्मबंधनं तयार होतात.

अशा प्रकारची कर्मबंधनं आपले जवळचे लोक, मित्रमैत्रिणी, नातेवाईक तसंच सासू-सून, पति-पत्नी, आईवडिल-मुलं अशा अत्यंत जवळच्या नात्यांतही बांधली जातात. तुमच्या जवळच्या माणसाकडून मन दुखावलं जाईल असं बोललं जातं. मग त्याच्या शब्दांची, बोलण्याची वारंवार आठवण येऊन तुमचं दुःख आणखी वाढतं. अशा प्रकारे काही वेदना,

सल खोलवर रुतून बसतात. अशा प्रकारच्या कर्मरेषा इतक्या गडद असतात, की एकदा क्षमासाधना केल्याने त्या नष्ट होत नाहीत, तर वारंवार त्रासदायक ठरतात. अशा वेळी आपण काय करायला हवं? कर्मबंधनांच्या सापाने फणा काढताच, त्यावरच क्षमेचा डस्टर फिरवायला हवा. जेणेकरून तो हळूहळू शांत होऊन शेवटी नाहीसा होईल.

क्षमा साधना ध्यान

आता क्षमा साधना ध्यान समजून घेऊया. या ध्यानासाठी तीन नियमांचं पालन करण्याची आवश्यकता आहे. हे नियम पुढीलप्रमाणे :

ध्यानाचे तीन नियम

१. **प्रामाणिकपणा** : आपल्या भावना प्रामाणिकपणे, योग्य प्रकारे ओळखून त्यांचा स्वीकार करा. स्वतःशी खरं बोला आणि कपटमुक्त राहा. या ध्यानामध्ये जुन्या घटनांचं स्मरण करताना स्वतःच्या आणि इतरांच्या चुकाही स्पष्टपणे दिसतील.

२. **साहस** : ज्या घटनांबद्दल तुम्हाला विचारही करावासा वाटत नाहीये आणि त्यामुळे त्या घटनांना तुम्ही मनातल्या मनात दाबून ठेवलंय अशा बाबी तुमच्यासमोर येतील. तेव्हा अत्यंत धैर्याने त्या घटनांचं पुन्हा एकदा अवलोकन करा, त्या पूर्णपणे पाहा.

३. **स्पष्टता** : हे ध्यान करताना विचारांमध्ये स्पष्टता आणि समज गरजेची आहे. प्रत्येक घटना वर्तमानातील समजेसह, प्रज्ञेसह संपूर्ण आणि स्पष्ट पाहा.

ध्यानाची तीन पावलं

१. या ध्यानामध्ये भूतकाळात घडून गेलेल्या काही घटनांचं तुम्हाला स्मरण करायचं आहे.

२. ध्यान करताना लक्षात ठेवा, की भूतकाळातील कर्मं त्यावेळच्या समजेनुसार घडली. त्यावेळी तुमच्याकडून त्याच प्रकारचा प्रतिसाद जाणार होता त्यामुळेच ती कर्मं घडली.

३. आजपर्यंत आयुष्यात घडलेल्या सगळ्या घटना बघितल्यानंतर त्यांचा पूर्णपणे स्वीकार करा. स्वतःला तसंच इतरांना (समोरच्या माणसाला) क्षमा करा.

ध्यानाला प्रारंभ करण्यापूर्वी वरील गोष्टी नीट, पूर्ण वाचून, समजून घ्या. त्यानंतर डोळे बंद करून, आपल्या भूतकाळात जाऊन स्वतःशी पूर्णतः प्रामाणिक राहून हा घटनाक्रम बघा.

पहिलं ध्यान – इतरांना क्षमा करा

१. आपल्या आई-वडिलांना डोळ्यांसमोर आणा. त्यांचा ओरडा किंवा मारही

तुम्हाला कदाचित मिळाला असेल. अशा काही घटना घडल्या असतील, ज्यांच्यामुळे तुम्ही अजूनही आईवडिलांवर नाराज आहात. त्या घटना एक-एक करून नजरेसमोर आणा. आईवडिलांनी जे काही केलं ते योग्यच होतं असा विचार करून त्यांना माफ करा. कारण प्रत्येक माणूस त्याच्या त्या वेळेच्या समजेनुसार, माहितीनुसार कृती करतो. मनातल्या मनात आपल्या आईवडिलांच्या सूक्ष्म देहाची क्षमा प्रार्थना करा. त्यांना सांगा, 'माझं तुमच्यावर प्रेम आहे, मी तुमचा स्वीकार करतो, तुमचा आदर करतो. मी तुम्हाला माफ करतो, कृपया तुम्हीदेखील मला क्षमा करा.'

२. तुमच्या भावंडांनी तुमची चुगली केल्याने तुम्हाला मार पडला असेल. त्यांनी वापरलेल्या जुन्या वस्तू तुम्हाला वापराव्या लागल्या असतील. त्यांनी तुमचा अपमान केला असेल, मन दुखावेल असं वागले असतील. या सगळ्यांसाठी आपल्या भावंडांना माफ करा.

३. आपले सगळे नातेवाईक-मित्र पाहा. कदाचित ते तुमच्याशी कधी चुकीचं किंवा अयोग्य वागले असतील. त्यांनादेखील माफ करा. या प्रयोगामुळे इतरांना तिरस्कारातून मुक्ती मिळेल किंवा नाही, परंतु तुम्ही मात्र नक्कीच मुक्त व्हाल.

४. अशाच प्रकारे डॉक्टर, शिक्षक, पोलीस, शेजारी इत्यादींसंबंधी आत्तापर्यंतच्या जीवन प्रवासात घडलेल्या घटना एकएक करून समोर आणा. आत्तापर्यंत जसं तुम्ही नातेवाइकांना, मित्रांना माफ केलं तसंच या लोकांनादेखील करा.

तुम्हाला मिळणारा आनंद मिटलेल्या डोळ्यांनीच अनुभवा. अंतरंगातल्या सगळ्या गाठी एक एक करत उकलताना जाणवतील. या ध्यानात तुम्ही स्वतःबरोबर इतरांनाही क्षमा केलीय. घडलेल्या घटना त्या त्या वेळेच्या प्रज्ञेनुसार योग्य होत्या. परंतु आज तुमची समज-आकलन वाढलंय. तुम्ही जुन्या घटनांच्या ओझ्यातून आता मुक्त आहात. म्हणून या पुढचं आयुष्य भारमुक्त होऊन जगा.

हा प्रयोग केल्यानंतर स्वतःला विचारा, 'मी स्वतःला आणि इतरांना माफ करू शकलो का?' स्वतःसह इतरांना क्षमा करणं हे त्यांच्यावर केलेले उपकार नसून स्वतःवर केलेले उपकार असतात, ही गोष्ट नेहमी लक्षात ठेवा. कारण तिरस्कार, ईर्षा, द्वेष, क्रोध यांसारख्या नकारात्मक भावनांमुळे मनुष्य सर्वप्रथम स्वतःचंच नुकसान करतो. जसं, उसाच्या रसाच्या यंत्रात ऊस घातल्यावर त्याची गोडी पहिल्यांदा यंत्रालाच मिळते, नंतर इतरांना. त्याचप्रमाणे मशिनमध्ये दगड घातला तर सगळ्यात आधी नुकसान मशीनचंच होणार, नंतर

इतरांचं. त्याचप्रमाणे एखाद्याबद्दल मनात तिरस्कार निर्माण झाल्यावर सर्वप्रथम नुकसान स्वतःचंच होतं. म्हणून स्वतःला आणि इतरांना माफ करून आपण आपल्यावरच उपकार करतो.

दुसरं ध्यान – स्वतःला क्षमा करा

या ध्यानातून आपण आपल्या अंतर्यामी असणाऱ्या अपराधबोधाच्या, हीनतेच्या गाठी सोडवणार आहोत. आपल्या भूतकाळात प्रत्यक्ष-अप्रत्यक्ष घडलेल्या आणि आपल्या प्रगतीत अडथळा बनलेल्या त्या प्रत्येक घटनेसाठी आपण स्वतःला क्षमा करून भूतकाळाचा स्वीकार करणार आहोत.

१. ध्यानाची सुरुवात तुमच्या लहानपणापासून करा. तुम्ही लहान मूल असताना घडलेल्या घटना आठवा. स्वतःला छोट्या मुलाच्या रूपात पाहा. बाळ रडतंय, असं आपल्या लहानपणीचं चित्र समोर आणा. त्या रडणाऱ्या बाळाला मिठीत घ्या आणि त्याला सांगा, 'माझं तुझ्यावर खूप प्रेम आहे.' ते बाळ तुम्हीच आहात.

२. आता त्या बाळाला खूप राग आलाय, असं पाहा. कदाचित ते कुणावर तरी नाराज आहे. लहानपणी तुम्ही तुमच्या भावाशी किंवा शिक्षकांशी भांडण केलं होतं. तुम्ही चुगली केल्याने कुणालातरी मार पडला असेल आणि ती गोष्ट तुम्ही अजूनही विसरू शकला नाहीत. तुम्ही त्या वेळी जे काही केलं ते त्या वेळच्या समजेनुसार होतं. ती घटना आठवा आणि त्या मुलाला जवळ घेऊन सांगा, 'मी तुला माफ करतो. कारण त्या वेळी तू जे काही केलं, ते त्या वेळच्या अकलनानुसार केलं. मी तुझ्यावर खूप प्रेम करतो, मी तुला माफ करतोय.'

३. कदाचित त्या बाळाने (तुम्ही) कधी चोरी केली असेल आणि आजपर्यंत ती गोष्ट त्याच्या मनात रुतून बसलेली असेल. तर आता स्वतःला सांगा, 'त्या वेळी तू जे काही केलं, त्या वेळेच्या समजेनुसार योग्य केलं, मी तुला माफ करतो.'

४. ज्या गोष्टी तुम्हाला करायच्या नव्हत्या परंतु त्या घडल्या अशा घटनादेखील पाहा. जे खायला नको होतं ते खाल्लं. सिगारेट, दारू यांसारख्या गोष्टींचं सेवन केलं. जे करायला नको होतं असं काही केलं, ज्यामुळे तुम्ही त्यात अडकलात. आज स्वतःला सांगा, 'मी स्वतःला माफ करतो. तू जसा आहेस, तसा मी तुझा पूर्णपणे स्वीकार करतो.'

५. आरशामध्ये स्वतःचा चेहरा, रंगरूप पाहा. आपले डोळे, केस, नाक, गाल... सर्व काही न्याहाळा आणि स्वतःला सांगा, 'तू जसा आहेस तसा मी तुझा संपूर्णपणे स्वीकार करतोय.' आपलं शरीर, उंची, रंग, अवगुण, शारीरिक अनारोग्य यांचा

पूर्णपणे स्वीकार करा. आपल्या शरीराला आणि चेहऱ्याला प्रेमपूर्वक स्पर्श करून त्याला सांगा, 'मी तुझ्यावर खूप प्रेम करतोय.'

या ध्यानामुळे तुम्ही अपराधबोधाच्या भावनेतून मुक्त होऊन स्वतःचा पूर्णपणे स्वीकार कराल. लक्षात घ्या, स्वतःला माफ केल्यानंतरच तुम्ही इतरांना क्षमा करू शकाल.

तिसरं ध्यान – इतरांची क्षमा मागा

या ध्यानामध्ये आपल्या आयुष्यातल्या सगळ्या नात्यांवर आपण मनन करणार आहोत. ते करताना आपण भूतकाळात कळत-नकळत तयार केलेली कर्मबंधनं पाहणार आहोत. इथे आपल्या सोयीसाठी नातेवाइकांची विभागणी ए ते झेड या इंग्रजी वर्णाक्षरांमध्ये करून त्यांना ध्यानाच्या क्षेत्रात आणायचं आहे.

डोळे बंद करून, आवडती मुद्रा धारण करून ध्यानावस्थेत बसा.

- एकामागोमाग एक सर्व नातेवाईक डोळ्यांसमोर आणा. जसं ए वर आंटी आहे तर यू वर अंकल. तुमच्या जीवनात असलेले अंकल-आंटी (काका-काकू) तुमच्या घरी पाहुणे म्हणून आले किंवा इतरत्र भेटले त्यावेळी तुमच्या मनात त्यांच्याबद्दल नक्की कोणत्या प्रकारची भावना होती? तुमच्या वागण्यात किंवा विचारांत त्यांच्याबद्दल एखादी कर्मरेषा तर ओढली गेली नाही ना? तसं घडलं असेल तर शक्य असल्यास प्रत्यक्षपणे किंवा त्यांच्या सूक्ष्म देहाची क्षमा प्रार्थनाद्वारे माफी मागा.
- अशा प्रकारे बी वर भाऊ, बहिण, बॉस आहे. सी वर कजिन (चुलत-मावस, मामे इत्यादी भाऊ-बहिण) आहेत. डी वर डॅडी, एम वर मम्मी किंवा मेड (आया), इ वर अर्थ (पृथ्वी), एफ वर फ्रेंडस् (मित्र), जी वर गॉड फादर, मदर (आजी-आजोबा) आणि गुरू आहेत. टी वर टीचर (शिक्षक) आहेत, एच वर हजबंड (पती) आहे तर डब्ल्यू वर वाईफ (पत्नी) आहे. आय वर तुम्ही स्वतः आहात. अशा प्रकारे वर्णाक्षरांनुसार येणाऱ्या नातेवाइकांना आपल्या ध्यानाच्या क्षेत्रात बोलावून त्यांच्याबरोबर जी कर्मबंधनं बांधली गेलीत त्यासाठी क्षमा मागा.

सगळे नातेवाईक एकदम, एकाच वेळी आठवायलाच हवेत, असं नाही. जेव्हा ज्या कर्मबंधनाची आठवण येईल, त्यासाठी क्षमा प्रार्थना करून माफी मागा.

योग्य प्रकारे क्षमा करायला शिका

कित्येकदा लहानसहान घटनांमध्ये समोरच्या माणसाला माफ करणं तुमच्यासाठी सोपं असतं. परंतु तीच गोष्ट मोठमोठ्या घटनांच्या बाबतीत तुम्हाला जमत नाही.

परिणामस्वरूप तुम्ही आतल्या आतच कुढत राहता. अशा घटनांमध्येदेखील तुमच्यामधली क्षमाशील वृत्ती जागृत व्हावी म्हणून योग्य प्रकारे क्षमा कशी करायची हे आता शिकायचं आहे. मोठ्या घटनांमध्ये क्षमा करता येत नसेल तर त्या घटनांमध्ये समोरच्या माणसाला तुम्हाला शिक्षा द्यायचीय, की सतत विचार करून स्वतःलाच त्रास करून घ्यायचाय, यावर विचार करा. त्यामुळे छोट्या छोट्या घटनांमध्ये तरी तुम्ही इतरांना क्षमा करू शकता का, हे पाहा.

क्षमा करायची म्हणजे समोरच्या माणसाला अवाक्षरही बोलायचं नाही असं नाही. समोरच्या माणसाने त्याच चुका पुनःपुन्हा करू नयेत, यासाठी त्याला जे बोलायचंय ते अवश्य सांगा. परंतु तुमच्या मनात त्याच्याविषयी कोणताही सल, मलीनता ठेवू नका. अशा प्रकारे प्रशिक्षणामुळे तुम्ही समोरच्या माणसाला क्षमा करून त्याच्या वागण्यात बदलदेखील घडवू शकता.

क्षमा आणि द्वेष

कित्येकदा क्षमा मागितल्यानंतर काही वेळातच पुन्हा द्वेषाचे विचार येतात. अशा वेळी तुम्हाला कोणत्या गोष्टीचं विस्मरण घडलंय हे लक्षात घ्या. तुम्हाला असं काय आठवलं होतं, ज्यामुळे तुम्ही क्षमा करू शकलात? क्षमा करण्यासाठी तुम्हाला जे ज्ञान मिळालंय, ती समज आठवली तर तुम्ही सहजपणे द्वेषमुक्त होऊ शकाल.

क्षमेचा डस्टर रिमाइंडर बनावा

व्यावहारिक जगात वावरताना कर्मबंधनं कधीही, कुठेही तयार होऊ शकतात. सुप्त कर्मबंधनं कधीही जागृत होऊ शकतात. अशा वेळी क्षमेचा डस्टर सतत आपल्याजवळ बाळगा. असं रिमाइंडर बनवा जे तुम्हाला क्षमा करायची आहे याचं स्मरण देत राहील.

आजकाल सरसकट सगळ्यांकडेच मोबाइल फोन असतो. अशा वेळी डस्टरच्या स्पंजचा मऊ भाग हाच मोबाइलच्या मागच्या बाजूला चिकटवला तर? आता तुम्ही मोबाइल फोन नाही, तर क्षमा-डस्टर घेऊन फिरत आहात असं वाटेल. तो पाहाल, त्याला स्पर्श कराल त्या प्रत्येक वेळी डस्टर वापरायचाय, हे तुमच्या लक्षात येईल. आहे ना भन्नाट रिमाइंडर! लोक तुमच्या फोनकडे पाहून काय विचार करतील याचा विचार करू नका... तुम्ही फक्त क्षमा-साधनेची पर्वा करा. आपल्याला कर्मबंधनांपासून मुक्त व्हायचंय, लोकांच्या छोट्या छोट्या गोष्टींची काळजी करायची नाहीये. त्यामुळे क्षमेचा डस्टर फिरवत राहा आणि कर्मबंधनं मिटवत राहा...

अध्याय १५

१८ क्रमांकाचं कर्मबंधन

शंभर टक्के क्षमा

अध्यायाचं शीर्षक वाचल्यावर तुम्ही विचार करत असाल, १८ क्रमांकाचा साप कोणता? याचाच अर्थ, तुम्ही स्वत:ला शंभर टक्के क्षमा करायची आहे आणि इतरांनाही शंभर टक्के 'क्षमा' करायची आहे. शिवाय लोकांची शंभर टक्के क्षमा मागायचीदेखील आहे. म्हणजेच स्वत:चं शंभर टक्के योगदान द्यायचं आहे. (गिव्ह १००% फरगिव्ह)

काही लोकांची क्षमा साधना 'अटीं'वर निर्भर असते. ते काही लोकांना माफ करू शकतात, तर काहींना नाही. कारण ते असा विचार करतात, 'मी सगळ्यांना माफ करेनही पण त्या माणसाला क्षमा करणं शक्य नाही... त्याने माझं खूप नुकसान केलंय... एखाद्या खुन्याला, अतिरेक्याला माफी? अशक्य... मी तर कधीच करणार नाही' अशा प्रकारची काहीशी त्यांची विचारसरणी असते.

काही बाबतीत लोकांमध्ये इतका पराकोटीचा तिरस्कार, द्वेष असतो, की कर्मबंधनं नष्ट करणं, क्षमा करणं ही त्यांच्यासाठी सहज-सोपी गोष्ट नसते. पण त्याचबरोबर ती अशक्यही नसते! अशा घटनांमध्ये तुम्ही क्षमा करू शकता किंवा नाही, तुम्हाला संपूर्ण स्वातंत्र्य हवंय किंवा नाही या इच्छेवर आणि त्यासाठी असलेल्या तयारीवर अवलंबून असतं. तुमचं लक्ष्य संपूर्ण मुक्तीचं असेल, तर तुम्हाला क्षमा साधना करायलाच हवी आणि तीदेखील शंभर टक्के!

श्रीरामांनी आपल्या आयुष्यात नेहमीच दोनशे टक्के क्षमा साधना केली. क्षमा साधना करता करताच त्यांनी आयुष्यातली कर्तव्यं पूर्ण केली. त्यांनी ना कैकयीविरुद्ध कर्मबंधन बनवलं ना रावणाविरुद्ध. त्राटिका वधामध्येदेखील, श्रीरामांच्या बाणाने कोसळलेल्या त्राटिकेला रामांनी क्षमा मागितली. कारण तिचा वध त्यांनी तिरस्कारापोटी नव्हे, तर कर्तव्यभावनेने केला होता.

एखाद्याबद्दल तिरस्कार वाटणं म्हणजे आपली दृष्टी अंधुक, धूसर झाल्याचा संकेत आहे. तिरस्कार जाणीव करून देतोय, की समोरच्या माणसात तुम्ही ईश्वर पाहू शकत नाही. कर्मबंधनं आणि क्षमेसंबंधीच्या सर्व गोष्टी पुन्हा आठवून तुमचा दृष्टिकोन बदला.

९८ क्रमांकाचा साप

अधिकतर लोक सर्वांना क्षमा करू शकतात. परंतु त्यांच्या आयुष्यात अशी एखादी व्यक्ती असते, जिला ते इच्छा असूनही माफ करू शकत नाहीत. हा ९८ नंबरचा शेवटचा साप शिल्लक आहे, हे लक्षात घ्या. तो ओलांडल्याशिवाय तुम्ही तुमच्या घरी (पूर्ण मुक्तीच्या अवस्थेपर्यंत) पोहोचू शकणार नाही. मग ते कर्मबंधन सूक्ष्म असलं तरीही. कारण बंधन हे बंधनच असतं. यातून कोणतीही पळवाट नसल्याने याचा सामना करावाच लागतो. 'मी याला सात जन्मांपर्यंत माफ करू शकत नाही' अशा विचारावर अडूनही चालणार नाही. तसं केलं तर त्या सापावरच अडकून राहाल. तो तुम्हाला दंश करेल, खाली पाडेल आणि तुमच्याकडून पुन्हा नवीन कर्मबंधनं तयार करून घेईल. म्हणूनच या ९८ क्रमांकाच्या सापाला तुम्हाला खंबीरपणे तोंड द्यायचंय, त्याचा सामना करायचाय.

आता तुम्ही स्वतःला काही प्रश्न विचारा. संपूर्ण मुक्तावस्था मिळवण्याची तुमची इच्छा प्रबळ आहे, की त्या माणसाबद्दल असणारा द्वेष? यापैकी तुम्ही कोणत्या गोष्टीला जास्त महत्त्व देता? मनात तिरस्कार ठेवल्याने आत्तापर्यंत तुम्हाला कोणता फायदा झालाय आणि त्या माणसाचं कोणतं नुकसान झालंय? तुम्ही कपटमुक्त मनन केल्यानंतर लक्षात येईल, की या तिरस्कारामुळे सर्वांत जास्त नुकसान तुमचंच झालंय. तुमची ऊर्जा वाया गेलीय, विचार दूषित झाले आहेत. सगळ्यात महत्त्वाचं म्हणजे, अशा प्रकारच्या कर्मबंधनांमुळे तुमची मुक्ती पणाला लागलीय. अर्थात त्या माणसाने तुमचं जे काही नुकसान केलं त्यापेक्षाही जास्त नुकसान तुम्ही स्वतःचंच करून घेत आहात.

अशी खोलवर असणारी कर्मबंधनं नष्ट करण्यासाठीदेखील इकाईला प्रार्थना करा. त्याला आपला पक्ष (बाजू) सांगा.

'मी द्वेषाच्या नाही, तर प्रेमाच्या पक्षात आहे.
मी बंधनाच्या नाही, तर संपूर्ण स्वातंत्र्याच्या पक्षात आहे.
मला शंभर टक्के क्षमा करण्याची शक्ती द्या.'

त्यानंतर मनात जेव्हा जेव्हा तिरस्काराचे विचार येतील, तेव्हा क्षमा प्रार्थना करा. त्यावेळी दोघांसाठी माफी मागा.

पापवृत्तीचा तिरस्कार करा, पापी माणसाचा नव्हे

काहींना प्रश्न पडतो, की 'अपराधी, अतिरेकी, बॉम्बस्फोट करणाऱ्या, खून दंगली यांसारखे गंभीर गुन्हे करणाऱ्या लोकांना कसं माफ करायचं? कोणत्याही सज्जन माणसाला त्यांना माफ करावं असं मनापासून वाटणारच नाही.' अंतःकरणातून अशा लोकांसाठी क्षमेचा हुंकार ऐकूच येत नसेल, तर त्यांना माफ करू नका. त्याऐवजी साफ करा. ते कसं? तर, प्रार्थना करून त्याद्वारे त्यांच्या अंतर्मनाला, त्यांच्या पाप वृत्तींना साफ करा. यासाठी ईश्वराला प्रार्थना करा -

'हे ईश्वरा, या लोकांना अंतर्यामी साफ कर,
त्यांच्यातील पापवृत्ती नाहीशा कर,
यांनादेखील ज्ञान प्राप्त व्हावं, त्यांची समज प्रगल्भ व्हावी, चेतना वाढावी.
आमच्यावर जी कृपा झालीय, ती यांच्यावरही व्हावी
कृपया यांच्यावरही तुमच्या कृपेचा वर्षाव करा.'

मनुष्याचं शरीर म्हणजे जणू मशीनच. त्या मशीनला चालवणारा अपराधी विचार म्हणजे खरा अपराधी. परंतु असे विचार सत्यश्रवण, पठण, मनन आणि सत्यसंघाद्वारे बदलता येतात. विश्वास ठेवा, तुमच्या प्रार्थनांनी आणि शुभविचारांनी समोरच्या माणसाच्या विचारशैलीत बदल घडू शकतो. म्हणूनच तर कित्येक आत्मसाक्षात्कारी संतांनी ही घोषणा केली, की 'पाप वृत्तीचा तिरस्कार करा, ज्या शरीराकडून पाप घडतंय त्या शरीराची घृणा बाळगू नका.' याच गोष्टीचं आचरण करत भगवान बुद्धांनी अंगुलीमाल डाकूलादेखील प्रेम, करुणा आणि क्षमा करून त्याचं अंतरंग साफ केलं. त्या निर्दयी, हिंसक डाकूला अहिंसक भिक्षूमध्ये परिवर्तित केलं.

अशाप्रकारे नारद मुनींनीदेखील रत्नाकर डाकूकडून मनन करवून घेत, त्याला ज्ञान देऊन महान अशा ऋषी वाल्मिकींमध्ये परिवर्तित केलं. असंख्य लोकांच्या मृत्यूचं कारण

बनलेला सम्राट अशोक हृदयपरिवर्तनानंतर भगवान बुद्धांच्या शिकवणीला शरण गेला. त्यानंतरचं त्यांचं प्रत्येक कार्य हे प्रजेच्या हितासाठी, लोककल्याणाचं, सर्वांच्या आध्यात्मिक विकासासाठी केलं गेलं होतं. यामुळेच ते महान झाले. भगवान बुद्धांबरोबर त्यांचं नाव इतिहासात कायमस्वरूपी जोडलं गेलं. वेगवेगळ्या महापुरुषांच्या संपर्कात येऊन चंबळ खोऱ्यातल्या कित्येक कुकर्मी डाकूंचं हृदय परिवर्तन घडलं. त्यांनी आत्मसमर्पण केलं. आपल्या पापवृत्तीपासून मुक्त होऊन ते सामान्य आयुष्य व्यतीत करू लागले. एका उदाहरणातून हा आशय सविस्तर समजून घेऊया.

समजा, एक कॉम्प्युटर आहे. अत्यंत उत्तम (प्रगत) असं ते मशीन आहे. त्याच्यामध्ये जी सॉफ्टवेअर टाकली जातील, त्याला जसं ऑपरेट केलं जाईल, तसंच ते काम करेल. समजा, त्या कॉम्प्युटरमध्ये काही चुकीचे व्हायरस प्रोग्रॅम आले आणि त्यांनी त्या कॉम्प्युटरला व त्याच्याशी नेटवर्कने जोडलेल्या इतर कॉम्प्युटर्सनादेखील हानी पोहचवली, तर तुम्ही काय कराल? तुम्ही असं म्हणाल का, 'सगळा दोष या कॉम्प्युटरचाच असल्याने तोच नष्ट करायला हवा...' नाही! तुम्ही असं करणार नाही. उलट त्या कॉम्प्युटरमधला व्हायरस काढून टाकाल. त्याची हार्ड डिस्क मेमरी क्लिन कराल. तुम्हाला हे जमलं नाही, तर तो एखाद्या विशेषज्ञाकडे (गुरूंकडे) घेऊन जाल परंतु कॉम्प्युटरला (शरीराला) दोष देणार नाही. अर्थात तुम्ही कॉम्प्युटरचा सर्वनाश न करता त्याचा इन-साफ कराल, तो पुन्हा उपयोगात आणाल.

येशूंनीदेखील असंच केलं. लोकांनी त्यांना मरणप्राय वेदना देत सुळावर चढवलं त्यावेळी ईश्वराला त्यांनी हीच प्रार्थना केली, 'हे ईश्वरा! या लोकांना माफ कर. ते काय करत आहेत हे त्यांनाच समजत नाहीये.' ज्या लोकांना ते किती अक्षम्य वागत आहेत हेच माहिती नाही तर ते क्षमा मागणार कशी? म्हणून येशूंनी स्वतः त्यांच्यासाठी क्षमा मागितली. हेच असतं शंभर टक्के क्षमेचं योगदान! ज्यात कोणतीही अट नसते, ती सर्वांसाठी असते. क्षमा आपल्यासाठी असो किंवा इतरांसाठी, पापी लोकांसाठी किंवा पुण्यवान माणसांसाठी, मित्रासाठी अथवा शत्रूसाठी... तिच्या वर्तुळात सगळेच सामावतात. क्षमा सगळ्यांना सामावून घेते परंतु तुम्ही क्षमा करताना यापैकी एकाला जरी क्षमा करू शकला नाहीत, तर तुम्ही १००% क्षमा साधना केली नाही, असा याचा अर्थ होतो.

सजग असलेल्या लोकांची जबाबदारी

ज्या लोकांच्या चेतना जागृत आहेत त्यांनी चेतना जागृत नसलेल्या लोकांसाठी क्षमा मागायला हवी. अशा लोकांना आपण क्षमा करू शकलो नाही, तर ईश्वराला

त्यांना क्षमा करायला सांगावी. यालाच जागृती (बोध प्राप्ती) म्हणतात. भगवान महावीर, बुद्ध, गुरू नानक, संत सुकरात, येशू यांच्यामध्ये हीच जागृती होती.

एका बागेत सुंदर फुलं बहरलेली होती. एक शिकारी तिथून चालला होता. बहरलेला बगिचा पाहून त्याने हावरटासारखी भरमसाठ फुलं तोडली. बघता बघता संपूर्ण बागच त्याने उजाड केली. आपल्याला भरपूर फुलं मिळाल्याच्या आनंदात तो हसत हसत तिथून निघून गेला. एक सज्जन, भला माणूस लांबून हे सगळं पाहत होता. बागेची नासाडी पाहून त्याला अतिशय दुःख झालं. तरीदेखील फुलांची आवड त्यालाही असल्याने आपणही दोन-चार फुलं देवासाठी नेली तर काय हरकत आहे, असा विचार त्याच्या मनात आला.

तो फुलं तोडणार तितक्यात वनदेवता प्रकट झाली. त्या माणसावर चिडली आणि त्याला शाप देऊ लागली. गयावया करत तो माणूस म्हणाला, 'देवी, बागेची ही नासाडी मी केली नाहीये. माझ्या आधी इथे एक शिकारी आला होता. त्याने सगळी बाग उद्ध्वस्त केली. मी तर फक्त दोन-चार फुलं घेत होतो.'

वनदेवता म्हणाली, 'मला माहितीय हे सगळं तू केलेलं नाहीस.'

त्यावर आश्चर्यचकित होऊन त्या माणसाने विचारलं, 'मग तुम्ही त्यावेळी का आला नाहीत? त्याला शाप का नाही दिला? त्यानेच तर बागेचं रंगरूप बिघडवलं. मी तर फक्त दोन तीन फुलंच तोडत होतो ना...'

यावर वनदेवता म्हणाली, 'अरे, बोलूनचालून तो तर क्रूर शिकारी! ज्या माणसाची संवेदना पशुपक्षी, प्राणी यांच्याबाबतीत अत्यंत बोथट आहे, जो आपल्या हौसेसाठी त्यांची शिकार करतो, त्याला झाडाफुलांविषयी प्रेम कसं असू शकेल? त्याच्याकडून ही अपेक्षा तरी कशी करणार? त्याची चेतना तर निम्न होती. परंतु तू तर सज्जन, धर्मात्मा, संवेदनशील आहेस! तुझ्या दारातील तुळशीला तू नमस्कार करतोस, मुंग्यांना खायला देतोस. मग तुला असं का वाटत नाही, की थोडीफार शिल्लक असलेली फुलं झाडावर तशीच राहू द्यावीत. जेणेकरून त्यांच्या परागकणांनी बागेत पुन्हा फुलं उमलतील. उजाड झालेली बाग परत एकदा बहरेल. तुझी चेतना उच्च आहे. म्हणून तू

बाग बहरावी यासाठी हातभार लावशील. उद्ध्वस्त करण्याचा प्रयत्न करणार नाही. किमान तुझ्याकडून तरी अशी अपेक्षा केली नव्हती...'

हे ऐकून त्या माणसाला स्वतःची चूक समजली आणि आपल्या कृत्यासाठी त्याने वनदेवतेला क्षमा मागितली.

तात्पर्य - ज्यांच्या चेतनेचा स्तर उच्च आहे, अशांकडूनच अपेक्षा केली जाते. असे लोक अव्यक्तिगत, सर्वांगीण दृष्टिकोनातून पाहू शकतात. सगळ्यांचा विचार करू शकतात. याचाच अर्थ, इतरांच्या वाईट कर्मांचं ओझं तुम्ही घ्यावं, असं येथे सांगितलं जात नाही. तर तुम्ही आंतरिक रूपात जबाबदारी घ्यायची आहे. क्षमा डस्टर वापरून आपल्या अंतर्यामी स्वच्छता सुरू करायची आहे. कोणत्याही घटनेतला तुमचा नकारात्मक सहभाग काढून टाकायचा आहे. तुमच्यात असलेला द्वेष, तिरस्कार, स्वतःच्या जबाबदाऱ्यांबाबत बेपर्वा वृत्ती हाच तुमचा नकारात्मक सहभाग आहे. त्याची आतून स्वच्छता केल्याने त्याचे परिणाम आपोआपच बाहेर दिसू लागतील. असं घडणं हे कोणत्याही चमत्कारापेक्षा कमी नाही!

देशाच्या सैनिकांना सुरक्षेसाठी सीमेवर युद्ध करावं लागतं, ते त्यांचं कर्तव्यच असतं. परंतु युद्धामागे क्षमा साधनेचा भाव हवा, तिरस्काराचा नाही. लक्षात घ्या, तिरस्कारामुळे तिरस्कारातच भर पडणार. त्यातून पुढच्या युद्धाचीच बांधणी होणार. परंतु युद्धापूर्वीच सैनिकांनी क्षमा साधना केली, तर परस्पर हल्ल्यांशिवायच युद्ध टळू शकतं. कारण प्रेमामुळेच प्रेम वृद्धिंगत होतं. हे रहस्य जर सगळ्यांनाच उलगडलं, तर जगात कित्येक चमत्कार घडताना दिसतील. सगळीकडे प्रेम, मौन आणि आनंद यांचं साम्राज्य पसरेल.

कुरुक्षेत्रात अर्जुनाने शस्त्रास्त्रांचा त्याग केला. परंतु श्रीकृष्णांनी त्याला कर्तव्य-बोध घडवला. त्याला ज्ञान देऊन धर्मयुद्धासाठी तयार केलं. त्याच्या लढण्यामागे केवळ कर्तव्यभाव होता, द्वेष नव्हता. आई-वडिल मुलांना रागावतात, तेदेखील प्रेमापोटी, तिरस्काराने नाही. चेतनेचा स्तर जसजसा वाढत जातो, उंचावतो, तसतसे मनुष्याच्या अंतरंगातले मोह, लोभ, द्वेष, तिरस्कार असे भाव नाहीसे होऊ लागतात. अशा वेळी तो प्रत्येक कार्य केवळ निःस्वार्थ भावनेनं, सर्वांसाठी आणि कर्तव्य समजून करतो.

या गोष्टीची समज नसेल तेव्हा लोकांचा प्रश्न असतो, 'मुलांवर हात उचलायचा की नाही?' त्यांना उत्तर म्हणून सांगावं लागतं, हात उचलण्यापूर्वी स्वतःची चेतना वाढवा.

नाहीतर कित्येक आईवडिल मूड चांगला असताना मुलांच्या मोठ्यातल्या मोठ्या चुकादेखील माफ करतात. पण जर का मूड खराब असेल, तर मुलाच्या क्षुल्लक चुकीसाठीही त्याच्यावर हात उचलतात. अनेकदा इतरांचा राग मुलांवर काढतात. म्हणूनच तुमचा निर्णय कोणताही असो, तो चूक की बरोबर हे सर्वस्वी तुमच्या चेतनेच्या स्तरावर अवलंबून असते.

दुसरीकडे, तुम्ही सर्वांसाठी क्षमा साधना केली; परंतु आपल्या सर्वांत चांगल्या मित्राला विसरला तर ही साधना पूर्ण झाली नाही असं समजा. आपल्या या मित्राची काळजी घेणं, त्याची कर्मबंधनं नष्ट करणं हे तुमचं परमकर्तव्य आहे. हा मित्र कोण? त्याच्यासाठी का आणि कशी क्षमा साधना करायची, हे पुढील अध्यायात जाणून घेऊया.

अध्याय १६

शारीरिक कर्मबंधनं

स्वास्थ्यप्राप्तीचं रहस्य

आपला सर्वांत जवळचा आणि चांगला मित्र म्हणजे आपलं शरीर! ईश्वराकडून मिळालेली ही एक अमूल्य 'भेट' आहे. आपल्या प्रत्येक सुख-दुःखातला हा 'सखा' आहे. आपल्याकडून घडणाऱ्या प्रत्येक अभिव्यक्तीचं हे 'माध्यम' आहे. म्हणूनच याच्या स्वास्थ्यासाठी आपण नेहमीच सजग राहायला हवं. शरीर म्हणजे मनाचं दर्पण, हे तुम्हाला माहितीय का? आपला प्रत्येक विचार, धारणा, भावना... यांचा आपल्या शरीरावर परिणाम होतो. अर्थात आपल्या कर्मरेषांचा परिणाम शरीरावर, त्याच्या कार्यक्षमतेवर आणि आरोग्यावरदेखील होतो. शरीर थकलेलं किंवा आजारी असताना एखाद्या प्रियजनाचा फोन आला किंवा आवडत्या ठिकाणाहून पार्टीचं आमंत्रण आलं तर त्याला कसं प्रसन्न वाटतं... त्याचा थकवा, आजार पटकन् पळून जातो.

कर्मरेषांची बंधनं आपल्या शरीरालाही करकचून आवळतात. आपल्या प्रत्येक आजारामागे कोणतं न् कोणतं कर्मबंधन आहेच. ते आपल्याच एखाद्या भावनेतून, विचार, वाणी किंवा क्रिया यांमधून तयार होतं. क्षमा साधना करून तुम्ही जसजसे कर्मबंधनांपासून मुक्त होता, तसतसं तुमचं शारीरिक स्वास्थ्यदेखील आपोआपच सुधारतं. या अध्यायामध्ये क्षमा साधनेद्वारे शारीरिक स्वास्थ्य कसं प्राप्त करायचं याचं रहस्य सांगितलं आहे.

शरीर एक यंत्र

मनुष्याचं शरीर हे मन आणि बुद्धी यांचा मिलाफ असणारं एक यंत्र आहे. त्याच्या

माध्यमातून सेल्फ आपली अभिव्यक्ती करतो. त्यामुळे याला मनोशरीर यंत्र (एम.एस.वाय.) असंही म्हटलंय. हे शरीर अधिक रचनात्मक आणि सुंदर बनण्यासाठी सेल्फने याला विचार करण्याचं स्वातंत्र्य दिलं. जगाच्या खेळाला अधिकाधिक मनोरंजक बनवण्यासाठी 'व्यक्तिगत मी' दिला. यामुळे तो स्वतःला आणि इतरांना ईश्वरापासून वेगळा मानू लागला आणि कर्मबंधनं तयार होत गेली. याच कर्मबंधनांपासून मुक्त होण्याचा मार्ग तुम्ही शिकत आहात.

स्वतःच्या शरीराकडे आणि त्याच्या अवयवांकडे कोणत्याही आसक्तीशिवाय बघितलं, तर ते इतर यंत्रांसारखं किंवा उपकरणांसारखंच दिसेल. जसं, छोटे छोटे भाग जोडून मोठं यंत्र तयार होतं. त्याचप्रमाणे विविध अवयव एकमेकांशी जोडून शरीर बनलंय. शरीराच्या प्रत्येक अवयवाचं ठरावीक – विशिष्ट असं कार्य आहे. सर्व अवयव परस्परांशी जोडले जाऊन एका मोठ्या शरीररूपी यंत्राची निर्मिती होते.

सेल्फने मनुष्याच्या प्रत्येक अवयवाला आवश्यतेपेक्षा कित्येक पटींनी अधिक सक्षम बनवलंय. परंतु मनुष्याचा निष्काळजीपणा, अयोग्य खाणं-पिणं आणि वृत्तींमुळे तो आजारी पडतो. त्याची कार्यक्षमता कमी होते. आपण आपल्या शरीराला सौंदर्यप्रसाधनं, कपडे, दागदागिन्यांनी सजवतो. कारण आपल्या सौंदर्याचा, व्यक्तिमत्त्वाचा इतरांवर प्रभाव पडावा, आपला 'अहं' सुखावला जावा. पण लक्षात घ्या, बाह्यरूपाचं सौंदर्य खुलवण्यापेक्षा आरोग्याची काळजी घेणं हे कित्येक पटींनी जास्त गरजेचं आहे. योग्य आहार, आचरण आणि व्यायाम या त्रिसूत्रीतून शरीर निरोगी ठेवण्याचा प्रयत्न करणं अत्यावश्यक आहे.

अनेकदा कामाच्या धावपळीत आपण शरीराकडे दुर्लक्ष करतो. काम करताना आपली बसण्याची पद्धत (पोश्चर) योग्य नसते. आपण वेळेवर जेवत नाही. रात्री उशीरापर्यंत कॉफी पिऊन जागरण करतो. व्यायाम करत नाही... अशा प्रकारच्या चुकीच्या सवयींमुळे पाठदुखी, डोकेदुखी यांसारख्या शारीरिक समस्या उद्‌भवतात. अशा स्थितीतही ओढूनताणून, पेनकिलर्स खाऊन आपण आपल्या शरीराकडून काम करून घेत असतो.

जन्मापासून मृत्यूपर्यंत आपल्या अखंड सेवेसाठी हजर असलेलं आपलं शरीर हे एक यंत्र आहे. आपण त्याची काळजी किती घेतो, हा मुख्य प्रश्न आहे. शरीराच्या अखंड, अनंत सेवेसाठी त्याला धन्यवाद देतो का? निष्काळजीपणा आणि चुका यांसाठी त्याची कधी क्षमा मागतो का? कर्मबंधनाच्या प्रत्येक पैलूबाबत आपल्याला सजगता येत चाललीय, तेव्हा आपण आपल्या शरीराकडे दुर्लक्ष करता कामा नये. त्याचीदेखील

क्षमा मागायला हवी. विशेषतः आपल्या चुकांमुळे त्रास भोगत असलेल्या शरीराच्या अवयवांची क्षमा मागायला हवी.

शरीराच्या अवयवांसाठी क्षमा साधना

शारीरिक समस्या असलेल्या, शरीराच्या विशिष्ट अवयवाला पीडा होत असलेल्या लोकांनी आपल्या शरीराची आणि वेदना असणाऱ्या अवयवांची क्षमा मागायला हवी. तसंच त्यांची योग्य प्रकारे काळजी घेण्याचं वचनही त्यांना द्या. ज्या अवयवाची तुम्ही क्षमा मागता, त्याला प्रेम देता, धन्यवाद देऊन आभार प्रकट करता, तेव्हा त्याला बळ मिळतं. शरीराच्या अवयवाला बळ मिळताच ते आजाराला आपल्यापासून दूर ठेवतात.

समजा, एखाद्याला किडनी स्टोनचा आजार आहे. तर त्याने आपल्या किडनीची माफी मागावी –

'मी आवश्यक तेवढं पाणी प्यायलो नाही. तुझ्याकडे लक्ष दिलं नाही.
त्यामुळे तुला त्रास होत आहे. मला माफ कर. मी तुझ्यावर प्रेम करतो.
आता मी तुझी योग्य प्रकारे काळजी घेईन.
मी तुझा आदर करतो आणि तुझ्यावर प्रेम करतो.
तू माझ्यासाठी जे काही करत आहेस,
त्यासाठी मी तुझा आभारी आहे आणि
तुला धन्यवाद देतोय... धन्यवाद... धन्यवाद... धन्यवाद...'

अशा प्रार्थनेमुळे किडनीत बळ येईल. ती औषधोपचारांना योग्य प्रतिसाद देऊ लागेल आणि आजार दूर होण्यासाठी मदत होईल. संपूर्ण दिवसात जेव्हा जेव्हा आठवण येईल, तेव्हा तुमचं तिच्यावरचं प्रेम व्यक्त करा. यामुळे तुमची चेतना वाढेल. मग तुमच्या लक्षात येईल, की आपल्या शरीराचा प्रत्येक अवयव आपलं बोलणं ऐकतोय, अनुभवतोय. आवश्यकता आहे, ती नियमितपणे शरीराची माफी मागण्याची, त्याची योग्य प्रकारे काळजी घेण्याची आणि त्याच्यावर प्रेम करण्याची. यामुळे तुमची तब्येत झपाट्याने सुधारेल. शिवाय पहिल्यापेक्षा जास्त धडधाकट होईल. आहे ना ही आश्चर्याची बाब!

अशाप्रकारे शरीरासंबंधी आपली संवेदनशीलता वाढवा. प्रत्येक क्षणाला मदत करणाऱ्या शरीराबद्दल सतत कृतज्ञ राहा. शरीराच्या तंदुरुस्त अवयवांना त्यांच्या मदतीसाठी, सहयोगासाठी धन्यवाद द्या. त्यांना क्षमा प्रार्थना करा –

'तुम्ही करत असलेल्या मदतीसाठी
मी कित्येक वर्षं तुम्हाला धन्यवाद दिले नाहीत,
यासाठी मला क्षमा करा आणि तुम्ही असंच काम करत राहा.
धन्यवाद... धन्यवाद... धन्यवाद...'

चांगलं काम केल्याबद्दल त्यांच्याविषयी आभार प्रकट करा. त्यांचा सहयोग सातत्याने मिळत राहावा यासाठी त्यांना प्रार्थना करा. रोज रात्री झोपण्यापूर्वी मन मोठं करून, ईश्वराला साक्षी मानून आपल्याला इतरांसाठी क्षमा प्रार्थना करायची आहे, त्याचप्रमाणे ती आपल्या शरीरासाठीही करायची आहे. आपल्या शरीरासोबत संवाद साधा. 'क्षमा-स्वीकार-जाऊ दे' या जादुई मंत्राचा जप करा. यामुळे शरीराबाबत तयार झालेली कर्मबंधनं नाहीशी होऊन तुम्हाला मुक्ततेची जाणीव होईल. त्याचबरोबर तुमचं शारीरिक आणि मानसिक स्वास्थ्यही झपाट्याने सुधारेल.

क्षमा प्रार्थना

ही क्षमा प्रार्थना कोणत्याही व्याधिग्रस्त असलेल्या शरीराच्या अवयवासाठी आहे. या प्रार्थनेमुळे आजारी असणारा तो विशिष्ट अवयव बरा होईल. शिवाय त्या अवयवाबरोबर तयार झालेलं कर्मबंधनदेखील नष्ट होईल.

डोळे बंद करण्याअगोदर हे पूर्ण वाचा. समजून घ्या आणि नंतर त्यानुसार क्षमा प्रार्थना करा.

आमंत्रण द्या – माझ्या प्रिय .... (क्षमा मागायची आहे त्या अवयवाचं नाव) दिव्य सूक्ष्म शरीरा, मी तुला माझ्या ध्यानक्षेत्रात आमंत्रित करत आहे.

क्षमा मागा – 'मी माझ्या गुरूंना (ईश्वराला, निसर्गाला) साक्षी ठेवून तुझी क्षमा मागतोय. कित्येक वर्षं मी तुझ्याकडे लक्ष न दिल्याने तुला त्रास झालाय. माझ्या निष्काळजीपणासाठी आणि अज्ञानासाठी कृपया मला माफ कर. माझं तुझ्यावर खूप प्रेम आहे. आता मी तुझी योग्य प्रकारे काळजी घेईन. तुला त्रास होईल असं वागणार नाही. तू माझ्यासाठी जे काही करत आहेस, त्या निरपेक्ष प्रेमासाठी आणि मदतीसाठी मी तुझा आभारी आहे आणि तुला धन्यवाद देतोय...

आता तू स्वतःला स्वस्थ करण्याचं कार्य ताबडतोब सुरू कर. कारण जगामध्ये असा कोणताही आजार नाही जो तू बरा करू शकत नाहीस. ईश्वराची दिव्य शक्ती या कार्यामध्ये तुझी सातत्याने मदत करत आहे. माझ्या ध्यानक्षेत्राबाहेर गेल्यानंतर तू स्वतःला

स्वस्थ करण्याचं कार्य अखंडपणे सुरू ठेव.

धन्यवाद द्या – माझ्या ध्यानक्षेत्रात आल्याबद्दल, मला क्षमा केली म्हणून आणि स्वतःला निरोगी ठेवण्यासाठी तुला खूप खूप धन्यवाद. मी तुझ्यावर प्रेम करतो, तुझा आदर करतो. कृपया आता तू तुझ्या स्थानावर परत जा... धन्यवाद... धन्यवाद... धन्यवाद...'

अशा प्रकारे क्षमा प्रार्थना करून तुम्हाला निश्चितच आरोग्याच्या धनाची प्राप्ती होईल. तुमचं शरीर तुमचा सर्वांत चांगला आणि सदैव मदत करणारा मित्र बनेल. मात्र यासाठी तुम्हाला क्षमा साधना या दिव्य गुणांच्या उपस्थितीत करावी लागेल भावना, विश्वास, समर्पण आणि सातत्य...

खंड - ४

अभेद्य कर्मबंधनांपासून मुक्ती

अध्याय १७

दगडावरील कर्मरिषा

कोर थॉट

क्षमा साधनेच्या हातात हात घालून तुम्ही अत्यंत विश्वासाने एक एक पाऊल पुढे टाकत आहात... संपूर्ण मुक्तीच्या दिशेने वाटचाल करत आहात. सुरुवातीला तुम्ही वरवरची आणि लक्षात येणारी कर्मबंधनं त्वरित कशी नष्ट करायची हे शिकलात. तुमच्या हातून काही चुकाही घडल्या पण त्या स्पष्टपणे लक्षात आल्यावर तत्परतेने क्षमा साधना करून, बंधनमुक्त होऊन सापाला नाहीसं केलं. त्याचबरोबर भविष्यात कोणतंही नवीन कर्मबंधन बनणार नाही, यासाठी सजगही झालात. तरीदेखील एखादं कर्मबंधन निर्माण झालं तर क्षमा-डस्टरने ते ताबडतोब नाहीसं करण्याची कलाही अवगत केली. याचाच अर्थ, तुम्ही स्वच्छतेला उच्च स्तरावरून वेगाने सुरुवात केली.

त्यानंतर तुमची समज आणि चेतना वाढत गेली. त्यानंतर तुम्ही अंतर्यामी असलेले स्तर उकलायला सुरुवात केली. तिथे तुम्हाला सुप्त कर्मबंधनांचे साप आढळले. ते नाहीसे व्हावेत म्हणून तुम्ही पुन्हा एकदा क्षमा साधना केली आणि भूतकाळात तयार झालेल्या कर्मरिषा नष्ट केल्या. इथे तुम्हाला अधिक खोलवर जाऊन स्वच्छता करावी लागली. मग ज्या लोकांना माफ करणं कठीण वाटत होतं त्यांनादेखील क्षमा करून दृढ कर्मबंधनं नाहीशी

केली. यामुळे तुमचा ताण आणखी कमी झाला. शिवाय आयुष्य आनंदाने बहरलं, उमललं, प्रसन्न झालं.

'क्षमा साधने'च्या या संपूर्ण प्रक्रियेत काही लोकांना इथवरचा प्रवास पुरेसा वाटतो. ते यातच समाधानी होतात. परंतु ज्यांना संपूर्ण स्वातंत्र्य मिळवायचं आहे, ते पुढेदेखील मननाद्वारे कर्मबंधनं नष्ट करत आपल्या अंतर्मनापर्यंत पोहोचतात. अंतर्मनात हजारो फण्यांचे भयंकर नाग निद्रिस्त अवस्थेत पडलेले असतात. ते म्हणजे कोर थॉटची कर्मबंधनं, डी.एन.ए.ची कर्मबंधनं, पूर्वजांकडून आलेली कर्मबंधनं, जखमी स्मृतीची (पास्ट मेमरीजची) कर्मबंधनं... यासंबंधी आपण टप्प्याटप्प्याने याच भागात समजून घेणार आहोत.

दोरी बनली साप

तुम्ही दिवसभर काम करून, थकूनभागून रात्री उशिरा तुमच्या खोलीत झोपायला जाता आणि बेडरुमच्या मंद प्रकाशात तुम्हाला गादीवर अचानक एक साप दिसतो. तुम्ही घाबरून ओरडता. तुमच्या आवाजाने कुणीतरी धावत येतं आणि खोलीतला दिवा लावतं. त्या तेज प्रकाशात तुमच्या लक्षात येतं, की ज्याला तुम्ही साप समजत होता, ती तर प्रत्यक्षात एक दोरी आहे. अशावेळी तुम्हाला केवढा दिलासा मिळेल! दाटून आलेला सगळा ताण क्षणार्धात नाहीसा होईल.

पण दोरीला साप बनवलं कुणी? तुमच्याच एखाद्या दृढ विचाराने! त्या दृढ विचाराला तुमच्या विचारमताचं (स्ट्राँग बिलीफ) बळ मिळालं. असे विचार म्हणजे, दगडावर कोरलेली, खोलवर अस्तित्वात असणारी कर्मबंधनं, असं तुम्ही समजू शकता. त्यांच्याकडे आपली नजर कधी वळतही नाही. आपल्या आतमध्ये जमा झालेल्या अशा मजबूत कर्मबंधनांचीदेखील खोलवर स्वच्छता व्हायला हवी. यासाठी आपला थिजलेला, गोठलेला किंवा जमा झालेला विचार अथवा विचारमत (स्ट्राँग बिलीफ) ओळखणं आणि समजणं अत्यावश्यक आहे.

हजारो फण्यांचा साप – विचारमत (कोर थॉट)

स्ट्राँग बिलीफ किंवा विचारमत याचा अर्थ, 'कोर थॉट'. म्हणजे असा विचार जो लहानपणापासून आपल्या अंतर्यामी ठाण मांडून बसलेला असतो आणि तो सत्यही वाटतो. शिवाय ज्यावर आपला शंभर टक्के विश्वास असतो. पैसे, नाती, स्वास्थ्य, जॉब, कार्य, बिझनेस, मित्रता, प्रेम, स्वातंत्र्य या सर्वांबाबत... सगळ्यांमध्येच कोर थॉट असतात. प्रत्येक जण त्यानुसारच आपलं जीवन जगतो. सगळ्यात महत्त्वाची गोष्ट म्हणजे, प्रत्येकाला

कोर थॉट योग्य असण्याचे पुरावेदेखील मिळत राहतात. जेणेकरून ते आणखी दृढ होतात.

उदाहरणार्थ, 'पैसा हाच सगळ्या भांडणाचं मूळ आहे' असा एखाद्याचा कोर थॉट असेल, तर याची सुरुवात कुठून झाली असेल? लहानपणी त्याने वडील आणि काकांना पैशांच्या व्यवहारावरून एकमेकांशी भांडतांना बघितलं असेल. त्यावर आईने त्याला समजावलं असेल, 'काय करणार बाळा... पैसा ही गोष्टच अशी आहे जी नातेसंबंधात दुरावा निर्माण करते.' या घटनेनंतर त्याच्या पाहण्यात एक चित्रपट येतो. चित्रपटात एक माणूस पैशांसाठी आपल्या सर्वांत जवळच्या मित्राला धोका देतो आणि त्यानंतर तो मित्र संपूर्ण चित्रपटात त्या माणसाचा बदलाच घेत राहतो. झालं! त्याच्या मनात कोर थॉट ठाण मांडून बसला – 'पैसा हाच सगळ्या भांडणाचं मूळ आहे.'

परिणामतः त्या माणसाच्या आतमध्ये हजारो फण्यांच्या सापाप्रमाणे असणारा दोर तयार झाला. हा दोर त्या मनुष्याच्या आत जोपर्यंत असेल, तोपर्यंत त्याला पैशांच्या समस्या येतच राहणार. पैशांवरून त्याचे नातेसंबंध बिघडतील, त्याची चिडचिड होईल... त्याच्यासाठी पैसा खरोखरच तंट्याचं मूळ बनेल. परंतु खरंच पैसा हा तंटाबखेड्याचं मूळ आहे का? हे त्या मनुष्याचं केवळ विचारमत आहे. कारण त्याने त्यावर विश्वास ठेवला. विश्वात सगळेच लोक असं करत नाहीत. त्यामुळे या माणसाच्या आयुष्यात जसं घडतंय ते इतरांच्याबाबतीत घडत नाही. कारण येथे त्याचा कोर थॉट प्रभाव दाखवतोय.

एक आई आपल्या मुलाला इतर मुलांसारखी पाणीपुरी खाऊ देत नाही. 'पाणीपुरी खाल्ल्याने घसा खराब होतो' असं ती मुलाला सतत सांगते. तिच्या मुलाला वाटतं, 'माझे इतर मित्र तर आनंदाने पाणीपुरी खात असतात. त्यांचा घसा खराब होत नाही. मग माझाच कसा होईल?' एके दिवशी तो आईच्या नकळत पाणीपुरी खातो. ती खाता खाता आईचं, 'पाणीपुरी खाल्ल्याने घसा खराब होतो' हे वाक्यदेखील त्याला आठवत राहतं. या नकारात्मक विचाराने खरोखरच त्या मुलाचा घसा खराब होतो. आईला जेव्हा हे समजतं तेव्हा ती मुलाला ओरडते, 'बघ मी सांगितलं होतं ना पाणीपुरी खाल्ल्याने घसा खराब होतो म्हणून... आता पटली ना तुला खात्री!' अशा प्रकारे आईचा कोर थॉट मुलामध्ये ट्रान्सफर होतो. जो पुढेही त्याचा घसा खराब करत राहील.

कोर थॉटची अन्य उदाहरणं पुढीलप्रमाणे आहेत –

- माझ्याकडे पैसा येतो परंतु टिकत नाही.
- ऋतू बदलाचा परिणाम मुलांवर होतोच. ती आजारी पडतात.

- लव्ह मॅरेज यशस्वी होत नाहीत.
- मला आयुष्यात सहजपणे काहीही मिळत नाही.
- जगामध्ये प्रामाणिक राहून चालत नाही.
- भलेपणाचा तर जमानाच नाहिये.
- मला सतत लहानमोठे आजार होतातच.
- या घरात कोणतीही गोष्ट फार काळ योग्य जागी राहत नाही.

एक कोर थॉट हा एक करोड थॉट समान आहे. म्हणूनच याला 'हजार फण्यांचा साप' म्हटलंय. कोर थॉट मात्र कर्मबंधन नसून तो एकाच कर्मबंधनांचं संपूर्ण बंडल - गठ्ठा आहे. कोर थॉट एक कोटी थॉटची नॉट (गाठ) आहे, जी आतमध्ये बांधली गेलीय. ही एकच गाठ मोकळी केली, तर सगळं बंडल एकदमच विलीन होईल. अंतर्यामी मोठी सफाई होईल आणि तीदेखील एकदमच. खंबीरपणे, कसून इन-साफ होईल.

बंडलाची गाठ क्षमेमुळे खुली होते.

तुमच्या अंतरंगात असणारी विचारमतं मननाच्या हत्याराने खोदून बाहेर काढा. आयुष्यात वारंवार येणाऱ्या समस्यांमागे कोणता कोर थॉट काम करतोय याचं बारकाईने अवलोकन करा. लक्षात ठेवा, कोर थॉट हा चुकीचा, असत्य असतो. त्यामध्ये कोणतीही ताकद नसते. म्हणूनच कोर थॉटवर अंधविश्वास ठेवून त्यांना प्रोत्साहन देऊ नका.

निसर्गामध्ये सर्वांसाठी सर्व गोष्टी विपुल प्रमाणातच आहेत. त्या तुमच्यापर्यंत नीट पोहोचत नाहीत किंवा योग्य प्रकारे येत नाहीत यामागे तुमच्याच विचारांची आडकाठी असते. अज्ञानामुळे त्यांना तुम्ही रोज प्रोत्साहित करत आहात. यासाठी ईश्वराला क्षमा मागायला हवी, 'हे ईश्वरा, कृपया मला क्षमा कर, हे सगळं डिलिट कर. हे सगळं नष्ट कर. हे सगळं साफ कर, माझा इंसाफ कर...'

क्षमा साधना केल्याने कर्मबंधनरूपी बंडलांच्या गाठी उकलतील आणि हजारो फण्यांचे साप एकाच वेळी नाहीसे होतील.

कोर थॉट नष्ट झाल्यानंतर तुमच्या आयुष्यात चमत्कार घडू लागतील. आर्थिक समस्या सुरळीत होतील. नातेसंबंध सुधारतील. तब्येतीच्या तक्रारी दूर होतील. जॉब-बिझनेसदेखील सुरळीत चालेल. इतकंच नाही तर वस्तू, गॅजेट्स सगळेच छान साथ देतील. एकटेपणातही आनंद मिळेल आणि लोकांमध्येदेखील रममाण व्हाल. आहे की

नाही ही जादू? विश्वास ठेवा, ही जादू क्षमा साधनेची आहे.

कोर थॉटसाठी इकाईला क्षमा ध्यान

डोळे बंद करून ध्यानक्षेत्रात इकाईला आमंत्रित करा. गुरू, ईश्वर किंवा आपल्या आराध्याला साक्षी ठेवून क्षमा मागा –

'माझ्या अज्ञानासाठी, माझ्या अर्धजागृतीसाठी मला क्षमा करा.
माझे चुकीचे विचारमत, कोर थॉटस् यांसाठी मला क्षमा करा.
मी चुकीच्या विचारांना धरून चाललो, हे माझं अज्ञान होतं.
ज्यामध्ये काहीही तथ्य नव्हतं, कोणतंही सत्य नव्हतं.
यासाठी मला अंतःकरणापासून खेद आहे.
मी क्षमाप्रार्थी आहे, मला क्षमा करा.'

'संपूर्ण जबाबदारीसह माझ्या अपराधाचा मी स्वीकार करतो. मला माफ करा, माझा इंसाफ करा, माझं अंतर्मन साफ करा. माझ्या अंतर्यामी एकही कर्मबंधन शिल्लक राहू नये. माझ्या सर्व कर्मरेषा साफ करा... साफ करा... साफ करा... माझी कर्मबंधनं नाहीशी करून साफ करण्याचं सामर्थ्य तुमच्यामध्ये आहे... माझ्या अज्ञानाचा, माझ्या विचारमतांचा परिणाम इतरांवरदेखील झाला आहे, त्यासाठी मला क्षमा करा. मी अंतःकरणापासून क्षमा मागत आहे.'

प्रार्थना करताना हात जोडलेले, हात वर करून अथवा ज्या स्थितीत भावना जागृत होतील अशा अवस्थेत बसा. या प्रार्थनेतून निर्माण झालेले भाव रिलीज – मुक्त करा. भावनेने ओतप्रोत भरलेल्या अंतःकरणाने क्षमा मागा. कोर थॉट टिकून राहण्यासाठी जे जे कारणीभूत ठरले त्या सर्वांसाठी क्षमा याचना करा.

'सगळ्यांना माफ करा, सगळ्यांना साफ करा.'

अशा प्रकारे जे जे कोर थॉट आठवत जातील – जसं, नातेसंबंध, संपत्ती, स्वास्थ्य, जॉब... या सर्वांसाठी क्षमा मागून मुक्तीच्या दिशेने प्रयाण करा.

कोर थॉटप्रमाणेच डी.एन.ए.मुळे (अनुवंशिकतेमुळे) येणारी कर्मबंधनंदेखील अत्यंत सखोल असतात. ती आपल्या विचारांवर, आचरणावर आणि आरोग्यावर खोलवर परिणाम करतात. परंतु क्षमा साधना ही पिढ्यान् पिढ्या चालत आलेल्या या सखोल कर्मबंधनांना मिटवण्यासाठी समर्थ आहे. ही कर्मबंधनं कोणती आणि ती कशी नाहीशी होतात, याविषयीची समज आपण पुढील अध्यायात प्राप्त करणार आहोत.

अध्याय १८

डी.एन.ए.ची कर्मबंधनं

डबल नुकसानीची सवय

एका घरात आजोबा-मुलगा आणि नातू हे तिघंजण एकत्र राहत असतात. आजोबांचं नाव पूर्वतीलाल. त्यांच्या मुलाचं नाव मुक्तीप्रसाद तर नातू किशोरीलाल. पूर्वतीलालांची नजर अधू झाल्याने त्यांना चष्म्याशिवाय काहीही दिसत नसे. सकाळी डोळे उघडताच त्यांना चष्मा लावावाच लागे. परंतु ते नेमकी हीच गोष्ट विसरायचे. चष्म्याशिवायच इकडंतिकडं फिरायचे आणि कुठं तरी धडपडायचे. त्यानंतरच त्यांना चष्मा लावण्याची आठवण व्हायची.

या समस्येतून मुक्त होण्यासाठी ते एक युक्ती शोधतात. झोपण्यापूर्वी ते स्वतःवर एक चिठ्ठी चिकटवतात. ज्यात लिहिलेलं असतं, 'चिमटा काढ आणि मला चष्मा घालायची आठवण करून दे.' जणूकाही त्यांनी देवाला केलेली ही प्रार्थनाच होती. परंतु रात्री झोपेतच ती चिठ्ठी अंथरूणात कुठंतरी पडते. पूर्वतीलाल सकाळी उठल्यावर चष्म्याशिवाय ती चिठ्ठी पाहू शकत नाही.

त्यानंतर त्या खोलीत त्यांचा नातू किशोरीलाल येतो आणि थोडावेळ आजोबांच्याच अंथरूणात झोपतो. वयाने तो अजूनही किशोरावस्थेतच असल्याने थोडा वेळ विश्रांती घेऊन तो उठतो. त्यावेळी अंथरूणात पडलेली

चिठ्ठी त्याच्या पाठीला चिकटलेली असते. परंतु त्याला मात्र या गोष्टीचा थांगपत्ता लागत नाही.

मग जेव्हा तो कामासाठी बाहेर जातो, तेव्हा कित्येक लोक त्याला चिमटा काढून विचारतात, 'चष्मा घातलास का...' कारण त्यांनी किशोरीलालच्या पाठीला चिकटलेली चिठ्ठी वाचलेली असते. आता किशोरीलाल कंटाळतो. 'माझा तर रिडिंगचा चष्मा आहे. तो मी वाचताना घालतो. नेहमी का घालायचा? आणि या लोकांचा विचारण्याचा काय संबंध? मी चष्मा लावेन किंवा लावणार नाही माझी मर्जी...'

किशोरीलालला तर आपल्या पाठीवर चिकटलेल्या चिठ्ठीबद्दल काहीही माहिती नसतं. त्यामुळेच लोकांचे सततचे चिमटे खाऊन तो खूप वैतागतो. इतकंच नाही तर लोकांशी भांडतोदेखील, 'मी चष्मा लावेन किंवा लावणार नाही... तुम्हाला काय त्याचं... मी काय तुमच्या घरचं खातो? तुम्ही तुमची काम करा..' अशा प्रकारे संपूर्ण दिवस त्याला चिमटेच खावे लागतात. 'लोक मला असं का बोलताहेत?' या विचारात तो पडतो.

शेवटी धीर करून एका माणसाला तो विचारतो, 'भाऊसाहेब क्षमा करा. पण मला एक गोष्ट सांगा. समजा, मी चष्मा लावलाच नाही तर तुम्हाला काय फरक पडणार आहे?' यावर तो माणूस त्याला सांगतो, 'अरे बाबा! तूच तर तुझ्या पाठीवर चिठ्ठी चिकटवलीय ना... मला चिमटा काढून चष्म्याची आठवण करून द्या. अरे, म्हणूनच येणारे जाणारे सगळेच तुला ती आठवण करून देताहेत.' त्यावेळी किशोरीलालच्या लक्षात येतं, की त्याच्या त्रासाचं कारण इतर लोक नसून तो स्वतःच आहे. त्यानंतर तो आपल्या पाठीला चिकटलेली चिठ्ठी काढतो.

डी.एन.ए. - डबल नुकसान सवय

वरील गोष्ट इतर कुणाचीच नसून आपलीच आहे. आपणच आपल्या पाठीवर कर्मबंधनं चिकटवून हिंडणारे किशोरीलाल आहोत. त्याच्यासारख्या आपल्याही आयुष्यात अशा काही घटना येतात, ज्यांची कारणं आपल्याला समजत नाहीत. आपण जेव्हा म्हणतो, 'माझ्याच बाबतीत असं का...' त्यावेळी तुमच्या पाठीवरच काहीतरी चिकटलंय हे लक्षात घ्या. मग भलेही ते वडिल-आजोबा, पूर्वजांकडून आलेलं असेल किंवा

अनुवंशिकतेमुळे (हेरिडिट्रीमुळे) आलेलं असेल. ती कर्मरेषा तुम्हालाच चिकटलेली असल्याने क्षमा साधना करून तुम्हालाच मिटवायची आहे.

गोष्टीतल्या पूर्वतीलालचा अर्थ आता तुमच्या लक्षात आला असेल. पूर्वतीलाल म्हणजे पूर्वज. पूर्वजांकडून जो डी.एन.ए. पास झाला आहे, त्यामध्येही काही कर्मबंधनं (सवयी, वृत्ती, कर्मबंधनं, आजार, गुण-अवगुण इत्यादी) आहेत. अशा प्रकारे डी.एन.ए.चा अर्थ 'डबल नुकसान सवय'. पूर्वजांकडून मिळणाऱ्या डी.एन.ए.मुळे आपली शारीरिक-मानसिक जडणघडण आणि आपला स्वभाव ठरतो. कित्येकदा तर हा डी.एन.ए. आपल्यासाठी डबल नुकसान सवय असल्याचं सिद्ध होतं.

डी.एन.ए.चा प्रभाव प्रत्येक पिढीलाच सहन करावा लागतो असं नाही. कित्येकदा एका माणसाच्या डी.एन.ए.चा परिणाम एक-दोन पिढ्या सोडून जाणवतो. आहे ना आश्चर्याची बाब! जसं, गोष्टीमध्ये मधल्या पिढीवर - मुक्तीप्रसादवर परिणाम झाला नाही, किशोरीलालवर झाला. चिठ्ठी लिहिली आजोबांनी आणि भोगतोय नातू!

काही लोक म्हणतात, 'अगदी आपल्या आजोबांवर गेलाय...' किंवा घरातली ज्येष्ठ माणसं म्हणतात, 'याचं वागणं, रागावणं अगदी माझ्या वडिलांसारखं आहे.' यामुळे लोकांना बऱ्याचवेळा संशयही येतो, 'आपल्या पूर्वजांनी पुन्हा एकदा आपल्या घरी जन्म तर घेतला नाही ना?'

असो! तथ्य हे आहे, की डी.एन.ए.मध्ये पूर्वजांच्या कर्मबंधनांचा प्रभावही उतरतो.

पिडा आणि पुडी

पूर्वजांकडून आलेल्या कर्मबंधनांच्या पिडेने, वेदनेने तुमचं मन बडबडतं किंवा समोरच्या माणसाशी भांडतंही. अशावेळी तुम्ही स्वतःसाठीच कर्मबंधनांच्या नव्या पुड्या बांधत असता, ज्या नंतर कधीतरी उघडणार, हे नक्की! परिणामी त्यातून तुमचं नवीन पार्सल येणार. झालं ना हे डबल नुकसान... आता ते पार्सल मिळाल्याने दुसऱ्यांदा कर्मबंधन तयार होईल. अशा प्रकारे पीडा सहन करणं आणि कर्मबंधनांच्या पुड्या बांधणं हे सुरूच राहतं.

> गोष्टीमध्ये पुढे किशोरीलालचं लग्न लीलावतीबरोबर झालं. व्यवस्थित पाहून-पारखून दोघांची जोडी ठरली. पत्रिका जुळल्या, हातांच्या रेषा बघितल्या आणि त्यानंतर ते एकमेकांसाठी अनुरूप आहेत किंवा नाही हे ठरवलं. परंतु कर्माच्या रेषांपासून सगळेच अनभिज्ञ राहिले.

प्रत्यक्षात, कर्मबंधनंच कर्मबंधनांना आकर्षित करतात. तुमच्या आयुष्यात असेच लोक येतात, जे तुमच्या कर्मबंधनांचा हिशेब चुकता करण्यासाठी, तुमचं पार्सल (तुमची कर्मफळं) पोहोचवण्यासाठी मदत करतात.

आता किशोरीलाल आणि लीलावतीमध्ये काय सुरू आहे? लीलावती दररोज किशोरीलालला काही ना काही आणायला सांगते. तो आल्यानंतर त्याला विचारते, 'साखर आणली का...? तांदूळ आणले का? सांगितलं होतं ना गव्हाचं पीठ संपलंय... तेदेखील आणलं नाही? हाय रे कर्मा! कसा नवरा मिळालाय मला... मी एकटी काय काय करणार?' असं म्हणून नुसता थयथयाट करते. परंतु ती असा विचार करत नाही, की नवरा आत्ताच कुठं थकून भागून येतोय. दुसरं काहीतरी करता येईल. परंतु पतीला रिकाम्या हाताने येताना पाहून तिची तळपायाची आग मस्तकाला जाते.

पत्नीच्या या वागण्याने किशोरीलाल दुःखी होतो. त्याला हे माहीतच नसतं, की ही कर्मबंधनं डी.एन.ए.मधून आली आहेत. पत्नी फक्त त्याला चिमटे काढून आठवण करून देते. अशाप्रकारे किशोरीलालला कधी मुक्तीच मिळत नाही. कारण तो क्षमा मागत नाही, सॉरी म्हणत नाही. कारण नमतं घेण्यासाठी त्याचा अहंकार आड येत असतो. अशा वेळी तो लीलावतीवर रागावतो, 'तू दिवसभर घरीच तर असतेस ना... तूच का नाही आणत सगळं.. मी एकट्याने काय काय करायचं...' यावर त्या दोघांची कडाक्याची भांडणं होतात. दोघंही नाराज होतात. घरात अशांतता पसरते. अशा प्रकारे दोघंही मिळून एकमेकांच्या कर्मबंधनांत भर घालण्याचं काम करत असतात. पीडा भोगत असतात आणि सोबत पुड्याही बांधत असतात.

पीडा आणि पुडी बनावी पेढा आणि पुरी

जगात एकमेकांना मुक्त करण्यासाठी नाती निर्माण झाली आहेत. पण यासाठी चेतना जागृत असायला हवी. जागृतीत राहून बुद्धीने काम केलं तर एकमेकांना कर्मबंधनांपासून मुक्त होण्यासाठी मदत मिळू शकते. परंतु याच गोष्टीचं विस्मरण होऊन कर्मबंधनं तयार करत राहिलात, तर त्यांच्याच ओझ्याने परस्परांना घेऊन बुडाल.

वरील गोष्टीमध्ये पति-पत्नींनी आपली चूक मान्य करून, तिचा स्वीकार करायला हवा होता. शिवाय परस्परांची क्षमा मागून घडल्या गोष्टीला तिथंच पूर्णविराम दिला असता, तर आहे त्यात ते दोघंही खुश राहू शकले असते. एकमेकांना कर्मबंधनांपासून मुक्त करू शकले असते.

इथं किशोरीलाल आणि लीलावती केवळ प्रतीकं आहेत. जगात सर्व नात्यांच्या बाबतीत हेच तर सुरू आहे. मग ते नातं, पति-पत्नी, भाऊ-बहिण, मित्र, शेजारी, सहकर्मचारी किंवा दोन राष्ट्रांमधील असेल. कित्येकांना तर इतरांच्या चुका शोधण्यात, त्यांना दोषी ठरवण्यातच धन्यता वाटत असते. 'मी का क्षमा मागायची?' असा विचार त्यांच्या मनात सतत सुरू असतो.

साधूने क्षमा साधना करून कचरा कचोरीमध्ये कसा बदलला, ही गोष्ट तुम्ही या अगोदरच वाचली आहे. त्याचप्रमाणे पीडा आणि पुडीदेखील पेढा व पुरीमध्ये बदलता येतात. त्यामुळे आज तुम्हाला जो काही त्रास होतोय, त्याला निमित्त बनवून सत्य-ज्ञानावर मनन करा. आपल्याच पाठीला काहीतरी चिकटलंय म्हणून समोरचा भांडतोय, हे लक्षात घ्या. समस्येचं कारण आपण स्वतःच आहोत याचं ज्ञान होताच प्रश्न आपोआप सुटतील. स्वतःच्या चुकांची जबाबदारी स्वतःच उचलल्यानंतर मनुष्याच्या आंतरिक मानसिक समस्या आणि नात्यांमध्ये गुंतागुंत करणाऱ्या बाह्य समस्या या दोन्हीही विलीन होऊ लागतील.

याच समजेसह पीडा किंवा दुःख यांना आत्मसाक्षात्कार प्राप्त करण्यासाठी निमित्त बनवा. ईश्वराचा खेळ समजून घ्या. समोरच्या माणसात आणि स्वतःमध्येही ईश्वराचं दर्शन करून, क्षमा साधना केली तर पीडा आत्मसाक्षात्कारही घडवू शकते. कर्मबंधन येताच स्वतःसाठी आणि पूर्वजांसाठीही ईश्वराला क्षमा मागा. पार्सल उघडताना ज्या ज्या माणसांबद्दल मनात वाईट भावना आल्या, ज्यांना ओरडलात, ज्यांच्याशी भांडणं केलीत, त्या सगळ्यांसाठी क्षमा ध्यानाद्वारे क्षमा मागा. अशा प्रकारे पीडा आणि पुडीचं रूपांतर पेढा व पुरीमध्ये होईल. बंधन हेच मुक्तीचं कारण बनेल.

क्षमा साधनेद्वारे बदला डी.एन.ए. प्रोग्रॅमिंग

क्षमा साधनेमध्ये तुमच्या डी.एन.ए.चं प्रोग्रॅमिंग बदलण्याची ताकद आहे. यामुळे पिढी दर पिढी चालत आलेली कर्मबंधनं समाप्त होऊन, जोरदार सफाई घडू शकते. परिणामी तुमच्या भावी पिढ्यादेखील कर्मबंधनमुक्त होऊ शकतात. अन्यथा भावी पिढ्यांसाठी मनुष्य कोणकोणते विचार करतो? त्यांच्या भविष्यासाठी धनसंचय करतो. त्यांच्यावर चांगले संस्कार घडवण्याचा प्रयत्न करतो. त्यांच्यासाठी चांगल्या सुखसुविधांचा विचार करतो. परंतु या सर्वांमध्ये महत्त्वपूर्ण काम तुम्ही करू शकता. ते म्हणजे आपल्या डी.एन.ए.ची स्वच्छता. डी.एन.ए. स्तरावर इन-साफ करा. असं केल्याने केवळ तुमचंच नव्हे, तर तुमच्या भावी पिढ्यांचंदेखील कल्याण होईल. या गोष्टीचा गंभीरपणे विचार

करा आणि आजपासूनच आपल्या अनुवंशिक, शारीरिक, व्यावहारिक आणि वैचारिक (धारणा, कोर थॉट) कर्मबंधनांकडे सजगतापूर्वक पाहा. क्षमा साधना करून ती नष्ट करा. क्षमा साधना स्वतःसाठी आणि आपल्या पूर्वजांसाठीही करा –

'मला क्षमा करा, मला माफ करा, माझा इन–साफ करा.
हे शक्य आहे, यावर माझा पूर्ण विश्वास आहे.
हे सर्व नष्ट होऊ शकतं याची मला खात्री आहे. हे नाहीसं करा.
हे नष्ट करण्यासाठी धन्यवाद... धन्यवाद... धन्यवाद...
आता तुझी इच्छा, तीच माझी इच्छा...'

कोर थॉटची कर्मबंधनं मनुष्य स्वतःच जमा करतो, तर डी.एन.ए.ची कर्मबंधनं त्याला पूर्वजांकडून मिळतात. परंतु मनुष्याबरोबर अशीही काही कर्मबंधनं चिकटलेली आहेत, जी त्याला त्याच्या जन्माअगोदरच पूर्व स्मृतींच्या रूपात (पास्ट मेमरीच्या रूपात) मिळतात. हो, हे सत्य आहे! या कर्मबंधनांचं रहस्य जाणल्यानंतर तुम्ही म्हणाल, जर सगळी कर्मबंधनं नष्ट होत आहेत, तर हीच का नाहीत... पुढील अध्यायात याच कर्मबंधनांविषयी सविस्तर जाणून घेऊया.

अध्याय १९

कॅरी फॉरवर्ड कर्मबंधनं

जखमी मेमरी

मनुष्यात अशीही काही कर्मबंधनं असतात, जी त्याला जन्मापूर्वीच मिळतात. आपल्या अंतर्यामी आपल्या जन्मापूर्वीच्या स्मृती (पास्ट मेमरीज्) आहेत. त्या समजण्यासाठी 'पूर्वजन्मातली कर्मबंधनं' असंही म्हणता येईल. या कर्मरेषा आपल्या वर्तमान जीवनावर त्यांचा प्रभाव टाकतात. कसं, हे आता आपण सविस्तरपणे समजून घेऊया.

शरीर नष्ट होतं, स्मृती (मेमरी) नाही

आतापर्यंत तुमच्या लक्षात आलंय, की प्रत्येक शरीरात इकाई किंवा स्रोत (सेल्फ) हाच जीवनाचा अनुभव घेत असतो. प्रत्येक शरीराचे अनुभव त्याच्या स्मृतीमध्ये (मेमरीमध्ये) साठले जातात. मनुष्याच्या भौतिक (स्थूल) शरीराच्या मृत्यूनंतर, त्याच्या सूक्ष्म देहाची यात्रा सुरूच राहते. निसर्ग नियमांनुसार सूक्ष्म शरीर (ए.एम.एस.वाय.) पुन्हा पृथ्वीवर येऊन नवीन भौतिक देह प्राप्त करू शकतं किंवा सूक्ष्म जगामध्येच त्याची पुढील यात्रा सुरू ठेवतं.

मनुष्याला गतजन्माच्या स्मृतींची आठवण नवीन जन्मात येत नाही, ही ईश्वराने त्याच्यावर केलेली कृपाच आहे. म्हणूनच आपण नवीन आयुष्य आरामात जगू शकतो. परंतु काही पूर्व स्मृतींचे पडसाद इतके सखोल असतात, की आपण त्यांचा प्रभाव वारंवार अनुभवतो.

सूक्ष्म देहाची सगळी आवरणं दूर झाल्यानंतर मात्र चेतनाच शिल्लक राहते, जी

परम चेतनेमध्येच (सेल्फ) विलीन होते. यामुळे त्या सूक्ष्म शरीराच्या स्मृती मुक्त होतात परंतु नष्ट होत नाहीत. त्या सगळ्या मुक्त स्मृती सेल्फच्याच असतात. या स्मृती सेल्फ पुन्हा नवीन शरीरांमध्ये घालतो.

सेल्फने आजपर्यंत कराडो शरीरांमध्ये जे जे अनुभव घेतले, त्या स्मृतींचा काही भाग नवीन शरीरांमध्ये पुन्हा वापरला (रियूज केला) जातो. जेणेकरून तिथे सेल्फला पूर्णता प्राप्त करता यावी. जुन्या स्मृतीमध्ये जर काही अपूर्णता असेल, काही कमतरता असेल तर नवीन देहात विकासाच्या पुढील टप्प्यावर जाण्यासाठी ती स्मृती वापरली जाते. मग असं जर असेल, तर आता प्रश्न असा निर्माण होतो, की या पूर्ण प्रक्रियेमध्ये नेमकं काय घडतं? मनुष्याला त्या स्मृतींमुळे भीती वाटते. यामध्ये विशेषतः मृत्यूची भीती जास्त असते. कारण त्याच्या आतमध्ये स्मृतींच्या रूपात आधीपासूनच मृत्यूच्या अनुभवांच्या नोंदी असतात.

हा गहन विषय काही उदाहरणांतून समजून घेण्याचा प्रयत्न करूया. ज्यामुळे तुमच्या आतमध्ये पूर्णतेच्या शोधात असलेल्या, अमरत्वाची इच्छा करणाऱ्या जखमी मेमरीज् कोणत्या आहेत, हे तुम्हाला समजेल.

जखमी स्मृती...

पृथ्वीवर विविध कारणांमुळे लोकांचा मृत्यू होतो. काही लोक युद्धामध्ये गंभीररीत्या जखमी होऊन मरण पावले. तर काही आजारांमुळे गेले. खरंतर आजारपणात मृत्यू येणं ही वाईट गोष्ट नाही. परंतु मरताना अधिकाधिक लोकांच्या मनात हाच विचार असतो, की 'मी मरत आहे, मला आजार जडलाय.' अशा लोकांच्या स्मृती जेव्हा पुन्हा एखाद्या नवीन शरीरात वापरल्या जातात, तेव्हा त्या शरीरात आजाराची भीती कायम राहते. तो मनुष्य जेव्हा जेव्हा आजारी पडतो तेव्हा त्याला आपला छोटा मृत्यूच झाल्याचं जाणवतं.

काही लोकांचा मृत्यू इतरांनी धोका दिल्याने... पाठीत विश्वासघाताचा सुरा खुपसल्याने होतो. अशा माणसाच्या मृत्यूनंतर त्याची स्मृती एखाद्या शरीरात (मनुष्यात) घातली, तर त्याच्या बाबतीत काय घडेल? एखाद्याला धोका देताना, खोटं बोलताना बघितल्यावर त्याच्या तळपायाची आग मस्तकात जाईल. त्याचा क्रोध इतका अनावर होईल, जणूकाही त्याचा मृत्यूच होतोय. बघणाऱ्याला वाटेल, 'इतक्या क्षुल्लक कारणासाठी हा एवढं का रागावतोय?' परंतु त्याच्या आतमध्ये कोणत्या मेमरी आहेत, याची इतरांना कल्पना नाही. लोकांनी दिलेला धोका हा त्याच्यासाठी मृत्यूसमान आहे. कारण भूतकाळातल्या स्मृती अजूनही हील (स्वस्थ) झालेल्या नाहीत.

अशा वेळी निसर्ग वेगवेगळी परिस्थिती निर्माण करून मनुष्याला पास्ट मेमरीज्ना

स्वस्थ करण्याची, त्या भीतीतून बाहेर पडण्याची संधी देत राहतो. या गोष्टी अदृश्य असल्याने मनुष्यासमोर ही रहस्यं कधी प्रकटच होत नाहीत. त्यामुळे तो आणखी बेचैन होतो. परंतु धोक्याच्या किंवा आजाराच्या घटना आयुष्यात येत असतील, तर स्वतःला आठवण करून द्या - 'मला यांना पूर्णता द्यायची आहे' त्या घटनांना पाठ दाखवू नका. त्यांच्यापासून पलायन करू नका. अन्यथा घटनांना सामोरं जाण्याच्या केवळ दोनच पद्धती माणसाला ठाऊक असतात - एकतर पलायन किंवा समोरच्यावर हल्ला करणं. यामुळे ते नवीन चुकीची कर्मं करून आपल्या स्मृती आणखी जखमी करून पृथ्वीवरून जातात.

समजा, एखाद्या माणसाचा जिवंतपणीच पुरल्याने मृत्यू झाला, तर त्यावेळी त्याची काय अवस्था झाली असेल याचा विचार करा. त्याची स्मृती जर दुसऱ्या शरीरात वापरली गेली, तर त्या माणसाच्या बाबतीत काय होईल? तो लिफ्टमधूनदेखील जायला घाबरेल. एखाद्या प्रवासात बोगदा आल्यावर तो म्हणेल, 'मी या बोगद्यात ड्राइव्ह करू शकत नाही, मला नाही तो पार करता येणार.. मी मागं बसतो.' अर्थात बंद जागेमध्ये अशा माणसाचा श्वास घुसमटेल, आपला मृत्यूच झाल्यासारखं त्याला वाटेल. मात्र, त्याच्या आतमध्ये जमा असणाऱ्या जखमी स्मृतींमुळे हे घडतंय, याची त्याला कल्पना नाही.

अशाच प्रकारे प्रत्येकालाच कोणत्या ना कोणत्या गोष्टीची भीती असतेच, ज्याचं कारण त्यांना स्वतःलादेखील ठाऊक नसतं. एखाद्याला पाण्याची भीती, कुणाला उंचावर उभं राहण्याची, एखाद्याला ॲक्सिडेंटची, कुणाला विमानप्रवासाची, एखाद्याला अंधाराची किंवा एकटेपणाची... काही लोक रात्री एकटं झोपू शकत नाहीत. त्यांना भूत किंवा चोर येण्याची भीती वाटते. काहींना आगीची इतकी भीती वाटते, की गॅस, स्टोव्ह किंवा चूलदेखील ते पेटवू शकत नाहीत.

समजा, एखादा माणूस आयुष्यात विशिष्ट ध्येयाने प्रेरित झालाय. मोठ्या कष्टाने, अनंत अडचणींचा सामना करून त्याचं ध्येय गाठण्याचा तो प्रयत्न करत असतो. परंतु त्या आधीच त्याचा मृत्यू होतो. मग अपयशाचं दुःख घेऊन तो शरीर सोडतो. आता त्याच्या या कटू जखमी स्मृती पुढे ज्या शरीरात जातील, त्या माणसालादेखील काहीतरी दिव्य-भव्य करण्याची इच्छा असेल. पण मिळणाऱ्या अपयशामुळे घाबरून जाऊन तो तणावयुक्त आयुष्यच जगेल. मुख्य म्हणजे, हे सगळं अनायास त्याच्याकडून होईल.

विचार करा, पृथ्वीवर किती जखमी स्मृती आहेत. दररोज वेगवेगळ्या कारणांनी कित्येक शरीरांचा मृत्यू होतो. युद्धामध्ये अनेक जण पीडा, वेदनांनी कळवळून मरतात. लोक इतक्या वाईट परिस्थितींतून जातात, की त्याचा खोलवर ठसा त्यांच्या अंतर्मनावर

उमटतो. मग हे ठसे किंवा कर्मबंधनं नवीन शरीरात कॅरी फॉरवर्ड होतात. स्वतःच्या अंतरंगात डोकावून बघितलं, तर तुम्हालाही अशी काही भीतीची कर्मबंधनं सापडतील, ज्यांच्या अस्तित्वाचं कोणतंही कारण तुमच्या लक्षात येणार नाही. पास्ट मेमरीजच्या या कर्मबंधनांना क्षमा साधना करून, स्वस्थ करून विलीन करायचं आहे.

तुमच्या आयुष्यातली घाबरवणारी किंवा त्रास देणारी जखमी कर्मबंधनं तुम्हाला मननाद्वारे माहिती करून घ्यावी लागतील. कारण आता वेळ आली आहे या जखमी स्मृतींची कर्मबंधनं ओळखून त्यांना नष्ट करण्याची. क्षमा साधनेद्वारे या स्मृतींची कर्मबंधनं समजेसह स्वस्थ (हील) करून मिटवण्याची-

'माझ्या अंतर्यामी सेल्फच्या ज्या काही जखमी स्मृती असतील,
त्या स्वस्थ झाल्या नसतील, तर त्यासाठी मी क्षमाप्रार्थी आहे.
कृपया मला क्षमा करावी आणि तयार झालेली
सगळी कर्मबंधनंदेखील नष्ट करावीत अशी मी प्रार्थना करतो.
धन्यवाद... धन्यवाद.... धन्यवाद...!'

ही क्षमा प्रार्थना दररोज वारंवार केल्याने लोक पूर्व कर्मबंधनांपासून मुक्त होऊ शकतील. अंतर्यामी असणाऱ्या पूर्व स्मृती स्वस्थ झाल्यानंतर त्यांच्या वागण्यातही बदल घडेल. एखाद्याला जर अगोदर मृत्यूची भीती वाटत असेल, तर पूर्व कर्मबंधनातून मुक्त झाल्यावर त्याला मृत्यूची भीती वाटेनाशी होईल.

तुमच्या आयुष्यात एखादी घटना घडल्यानंतर त्या घटनेपासून पलायन न करता आपल्या भावना योग्य प्रकारे हाताळा. कारण त्या तुमच्याच भावना आहेत. अन्यथा नकारात्मक भावना उफाळून येताच माणसाला स्वतःचीच भीती वाटू लागते. 'मला असं वाटता कामा नये' या भीतीखाली आपल्याच नकारात्मक भावना तो नाकारतो. परंतु आता समजेसह स्वतःला सांगायचं आहे -

'ही भावना स्वस्थ (हील) होण्यासाठी आली आहे.
माझ्या शरीरामधून ही भावना मुक्त व्हावी आणि
मलादेखील या भावनेपासून मुक्ती मिळावी यासाठी धन्यवाद.'

अशा प्रकारे तुम्ही जर प्रत्येक नकारात्मक भावना योग्य प्रकारे अनुभवून, क्षमा साधनेसह मुक्त केली, तर नकारात्मक भावनांची तीव्रता आपसूकच हळूहळू कमी होईल.

अध्याय २०

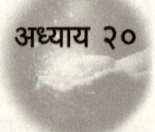

मृतकांसोबत असलेली कर्मबंधनं

पितृपक्ष साधना

या पृथ्वीवर क्षणाक्षणाला नवीन शरीराचा जन्म होतोय किंवा मृत्यू. अर्थात पृथ्वीवर जिवांचं आवागमन नित्य सुरूच आहे. ज्यांच्या भौतिक शरीराचा मृत्यू झालाय असे परिचित, नातेवाईक प्रत्येकाच्याच आयुष्यात असतात. त्यांच्याशी असणारी कर्मबंधनं कशी नष्ट करायची यासंबंधीचं ज्ञान या अध्यायात मिळणार आहे.

आपले परिचित किंवा नातेवाइक यांचा मृत्यू झाल्यानंतर त्यांच्याशी आपली कर्मबंधनं बांधली जात नाहीत किंवा बांधली गेलेली मुक्त होतात, असं घडत नाही. कर्मबंधनांचा कर जोपर्यंत वसूल होत नाही किंवा क्षमा साधनेद्वारे ती नाहीशी केली जात नाही, तोपर्यंत 'बंधनं' कायम राहतात. पृथ्वीवर शरीर उपस्थित आहे किंवा अनुपस्थित याने कोणताही फरक पडत नाही. कारण जगामध्ये मृत मानलेले लोक सूक्ष्म शरीराच्या रूपात जिवंतच असतात. ते वेगळ्या फ्रिक्वेंसीमध्ये (तरंगांमध्ये) असल्याने आपल्याला दिसत नाहीत एवढंच.

पूर्वजांची कर्मबंधनं

प्रत्येक घरात जुनी पिढी लोप पावते आणि नवीन पिढी उदयाला येते. गेलेल्या पिढीला पूर्वज किंवा पितृ म्हणतात. पूर्वजांबरोबरची कर्मबंधनं दृढ असतात. कारण प्रत्येकालाच आपल्या भावी पिढीकडून – मुलगा, नातवंडं इत्यादींकडून खूप अपेक्षा असतात. तसंच त्यांच्याविषयी खूप मोहही असतो. दोन्ही पिढ्यांच्या दृष्टिकोनात भिन्नता

असल्याने अधूनमधून ठिणग्या उडतात, एकमेकांबद्दल खूप तक्रारीही असतात. मनाविरुद्ध गोष्टी घडताच खूप वाईट वाटतं. तसं पाहिल्यास, सर्वाधिक कर्मबंधनं जवळच्या नातेवाइकांशीच बांधली जातात.

हेच गांभीर्य लक्षात घेऊन सर्वत्र पितृपक्ष, पूजा, श्राद्ध इत्यादी विधी प्रचलित झाले. या निमित्ताने लोकांनी आपल्या पूर्वजांचं स्मरण करावं, त्यांच्यासाठी क्षमा साधना, प्रार्थना करावी हा या मागचा हेतू. परंतु समज नसल्याने क्षमा साधना, प्रार्थना यांकडे दुर्लक्ष होतं आणि अशा पूजा केवळ कर्मकांड बनून राहतात.

खरंतर एकाग्रचित्त होऊन पूर्वजांसाठी प्रार्थना करावी म्हणून कर्मकांडं बनवली. पूर्वजांचं स्मरण कायम राहावं म्हणून विशिष्ट तिथींची निर्मिती झाली. परंतु लोकांच्या मनावर वेगळ्याच गोष्टींचा पगडा बसलाय. त्यांना वाटतं, ब्राह्मणांना दान दिलं, कावळ्यांना खायला दिलं म्हणजे आपलं पूर्वजांबाबत असणारं कर्तव्य पूर्ण झालं. वास्तविक, सूक्ष्म जगातल्या लोकांपर्यंत अन्न, कपडे अशा गोष्टी पोहोचत नसून केवळ प्रार्थना आणि विचारच पोहोचतात. अन्न-वस्त्र यांसारख्या भौतिक गरजांपासून सूक्ष्म शरीर पूर्णतः मुक्त असतं. त्याला आवश्यकता असते ती फक्त तुमच्या प्रार्थनांची, शुभेच्छांचीच! याच योग्य भावनेने मृतकाला श्रद्धांजली, प्रेमांजली वाहता येते.

आपल्या क्षमा साधनेमुळे सूक्ष्म जगातल्या लोकांना लाभ होणार असेल, तर कंजुशी न करता क्षमा साधना करा. कमीत कमी पितृपक्षामध्ये तरी आपल्या पूर्वजांकरिता क्षमा साधना अवश्य करा.

पूर्वजांसाठी क्षमा ध्यान - प्रेमांजली

ज्ञात किंवा अज्ञात असणाऱ्या तुमच्या सर्व पूर्वजांसाठी हे ध्यान आहे. सगळ्याच पूर्वजांची आपल्याला माहिती असतेच असं नाही. त्यामुळे मृत पूर्वजांसाठी किंवा जे अद्याप जिवंत आहेत. जसं, आजी, आजोबा इत्यादींसाठी क्षमा प्रार्थना करा.

ही साधना तीन टप्प्यांत आहे. पहिला टप्पा, 'पूर्वजांना क्षमा मागणे'. दुसरा, 'पूर्वजांसाठी क्षमा मागणे' आणि तिसरा, 'तुमच्या वर्तमानावर पूर्वजांच्या कर्मबंधनांचा झालेला परिणाम नाहीसा करण्यासाठी क्षमा साधना करणे.'

प्रथम चरण - सर्वप्रथम डोळे बंद करा. आपल्या ध्यानक्षेत्रात पूर्वजांना आणा. भावपूर्णरीत्या आणि ग्रहणशील राहून, एखाद्या जबाबदार (आदर्श) किंवा गुरूंना साक्षी ठेवून 'पूर्वजांना' अशा प्रकारे क्षमा मागा -

'माझ्या अज्ञानामुळे आणि बेहोशीमुळे,
मला माझ्या जबाबदाऱ्यांची जाणीव नसल्याने किंवा
मी माझ्या जबाबदाऱ्या पार न पाडल्याने
तुम्हाला जो त्रास झाला, त्यासाठी मी तुम्हाला
क्षमा मागतो. मी क्षमाप्रार्थी आहे.
इतक्या वर्षांत मी तुमची क्षमा मागितली नाही
यासाठीदेखील मला क्षमा करा. मी तुमच्यावर प्रेम करतो,
तुमचा आदर करतो. कृपया मला क्षमा करा.
क्षमा करण्यासाठी खूप खूप धन्यवाद.
धन्यवाद... धन्यवाद... धन्यवाद...!'

प्रथम चरण समाप्त करून द्वितीय चरणाला सुरुवात करा.

द्वितीय चरण – या चरणामध्ये इकाईकडे (इन-साफच्या ईश्वराकडे) पूर्वजांसाठी क्षमा मागा –

'हे इकाई! माझ्या पूर्वजांच्या भाव, विचार, वाणी अथवा क्रिया यांमुळे
अशा प्रकारची कर्मं घडली, ज्यामुळे कर्मबंधनं तयार झाली,
त्या सगळ्यांसाठी मी त्यांच्यावतीने क्षमा मागतो.
त्यांचा वंशज या नात्याने मी त्यांच्यासाठी क्षमायाचना करतो.
कृपया त्यांना क्षमा करा... त्यांची सगळी कर्मबंधनं नाहीशी करा
तुमच्यामध्ये शक्ती आहे... तुम्ही सगळी कर्मबंधनं मिटवू शकता.
मी अंतःकरणापासून प्रार्थना करतो/करते की
सगळ्या पूर्वजांना मुक्ती मिळावी. ज्यांना मुक्ती मिळाली आहे,
त्यांच्यासाठी धन्यवाद. ज्यांना मुक्त करत आहात, त्यासाठी धन्यवाद.
तुझी इच्छा तीच माझी इच्छा.'

तृतीय चरण – यामध्ये पूर्वजांच्या कर्मबंधनांचा तुमच्या वर्तमानावर जो परिणाम झालाय, 'त्यासाठी' इकाईला क्षमा मागा –

'हे इकाई! माझ्या पूर्वजांच्या कोणत्याही कर्मबंधनाचा जर माझ्या वर्तमानावर

परिणाम होत असेल तर तो नाहिसा करावा, त्याचं रूपांतरण व्हावं.
माझ्या वर्तमानातून सगळी कर्मबंधनं निष्क्रिय व्हावीत.
मी सगळ्या कर्मबंधनांतून मुक्त व्हावं.
मी त्या कर्मबंधनांसाठी क्षमा मागतो.
आतापर्यंत क्षमा मागितली नाही, यासाठीही क्षमा मागतो.
माझा वर्तमान डी.एन.ए.पासून मुक्त व्हावा.
जिन्समधून आलेल्या कर्मबंधनांपासून मुक्त व्हावा.
पूर्वजांचा कोणताही नकारात्मक परिणाम आता माझ्या वर्तमानावर राहू नये.
जो परिणाम घडत होता, त्यामध्ये माझं जे काही योगदान होतं,
त्यासाठीदेखील मी अंतःकरणापासून क्षमा मागतो.
कळत-नकळत झालेल्या माझ्या सहभागाबद्दल मी क्षमा मागतो.
मला माफ करा. मी क्षमा प्रार्थी आहे.'
यानंतर धन्यवाद द्या आणि मुक्तीचा अनुभव घ्या.
'सगळी कर्मबंधनं नष्ट करण्यासाठी धन्यवाद.
माझा वर्तमान कर्मबंधनांपासून मुक्त करण्यासाठी धन्यवाद.
तुझी इच्छा, तीच माझी इच्छा.
सगळे स्वतंत्र आहेत, मीदेखील स्वतंत्र आहे.
सगळे मुक्त आहेत, मीदेखील मुक्त आहे.
माझ्या आयुष्यात सगळ्यांनी आपापला रोल उत्तम निभावला, त्यासाठी धन्यवाद.
सगळ्यांचा माझ्या आयुष्यावर जो सकारात्मक परिणाम घडला,
त्यासाठी धन्यवाद... धन्यवाद... धन्यवाद...!'

या क्षमा ध्यानाच्या निरंतरतेमुळे पूर्वजांबरोबर असणाऱ्या सर्व कर्मबंधनांपासून तुम्हाला मुक्ती मिळेल. शिवाय ते स्वतंत्र होण्यासाठी या ध्यानामुळे तुमची अप्रत्यक्षपणे मदतच होईल.

मृत पावलेल्या ओळखीच्या लोकांसाठी प्रार्थना

कित्येकदा तुमच्या ओळखीच्या, मित्राच्या, शेजाऱ्याच्या किंवा सहकाऱ्यांच्या आकस्मिक निधनाची वार्ता तुमच्या कानावर पडते. अनेकदा आपण असंही ऐकतो, की

'अमुक माणसाने आत्महत्या केली... अमुक माणूस ॲक्सिडेंटमध्ये गेला किंवा एखाद्याचा भयंकर आजाराने मृत्यू झाला.' अशा लोकांशी आपली साधी ओळखही नसते. तरीदेखील या सर्वांसाठी क्षमा साधना करा, प्रार्थना करा –

> 'हे इकाई! माझ्या प्रियजनाची पुढील यात्रा सुखद व्हावी,
> त्याला उच्चतम मार्गदर्शन मिळावं आणि ते मार्गदर्शन
> त्याने पूर्णपणे ग्रहण करून पुढे अग्रेसर व्हावं.
> त्याची सगळी कर्मबंधनं मिटावीत, त्याला क्षमा मिळावी,
> त्याने सगळ्यांना क्षमा करावी.
> त्याला मुक्ती मिळावी. त्याला मुक्त करण्यासाठी धन्यवाद.'

मृतकामध्ये आणि तुमच्यात भलेही कोणतंही कर्मबंधन बांधलेलं नसेल. परंतु तुमची प्रार्थना त्याचा पुढील प्रवास सहज होण्यासाठी त्याला खूप बळ देईल. जगामध्ये लोक विविध प्रकारांनी सेवा देत आहेत. एखाद्यासाठी अशी प्रार्थना म्हणजे तुमच्याकडून केली जाणारी निःस्वार्थ सेवाच आहे. त्याच्या जाण्यामुळे दुःखी होऊन, 'अरेरे गेला बिच्चारा!' म्हणण्याऐवजी आपण त्याला त्याच्या कर्मबंधनांपासून मुक्त होण्यासाठी मदत करायला हवी.

समज आणि सखोल मनन यांद्वारे आपण अंतरंगात खोलवर उतरतो, क्षमा साधना करतो त्यावेळी बाह्य कर्मबंधनांनंतर हळूहळू कोर थॉट, डी.एन.ए., जखमी स्मृती (पास्ट मेमरीज्) यांसारखी अंतर्मनात अडकलेली, अत्यंत खोलवर असणारी कर्मबंधनंदेखील नाहीशी होतात. त्यावेळी एका वेगळ्याच आनंदाची, मुक्तीची जाणीव होते. परंतु हा खोलवर उतरण्याचा, आंतरिक सफाईचा प्रवास एवढ्यावरच संपत नाही.

आतापर्यंत कर्मबंधनांची उकल करायला शिकलात. त्यातून स्वातंत्र्याची जाणीव तुम्ही निश्चितच अनुभवाल. तरीदेखील पूर्ण मुक्ती, संपूर्ण स्वातंत्र्य अजूनही शिल्लक आहेच. ती अशी अवस्था आहे, जिथं मनुष्याकडून कोणतंही कर्मबंधन बांधलंच जात नाही. त्याची कर्मरेषा आकाशात ओढलेल्या रेषेप्रमाणे असते. जी तयार होता होताच नष्टही होते...

पुस्तकाच्या पुढील खंडामध्ये तुम्ही क्षमा साधनेद्वारे अशी अवस्था प्राप्त करण्याचं रहस्य जाणून घेणार आहात.

खंड - ५

क्षमा ते मोक्षमापर्यंतची यात्रा

अध्याय २१

निर्जीवांसोबत बांधलेली कर्मबंधनं

निर्जीवातही सजीवाचं दर्शन

पुस्तकाचा हा भाग तुम्हाला विकासाच्या सर्वोच्च अवस्थेपर्यंत घेऊन जाईल. ती उंची गाठल्यावर सर्व प्रकारच्या कर्मबंधनांच्या गाठी आपोआपच खुलतील, मोकळ्या होतील. तिथे कर्मबंधनांच्या निर्मितीचं आणि समाप्तीचं अखंड सुरू असलेलं चक्र थांबेल. आतापर्यंतच्या वाचनातून तुमची समज, चेतना आणि संवेदनाही निश्चितच वाढली असेल. इथपर्यंत तुम्ही मित्र, शत्रू, पूर्वज, मृतक... अशी सर्वांशी असलेली कर्मबंधनं मुक्त करायला शिकलात. यापुढील सर्वोच्च अवस्थेपर्यंत पोहोचण्यासाठी तुम्हाला तुमच्या जाणिवा अधिक व्यापक करायच्या आहेत. त्यानंतर जड वस्तूंबरोबर तयार झालेली कर्मबंधनंदेखील तुम्ही अनुभवू शकाल. त्याचबरोबर ती नष्टही करू शकाल.

निर्जीवामध्ये सजीव

'निर्जीव' शब्दामध्येदेखील 'जीव' शब्द जोडला आहे. निर्जीव वस्तू, यंत्र, पाणी यांच्यावरही माणसाच्या भावनांचा आणि विचारांचा परिणाम होतो. इतकंच नाही तर,

त्यांच्या विचारांमुळे आणि वागण्यातून निर्जीवांसोबतही कर्मबंधनं तयार होतात, हे तुम्हाला ठाऊक आहे का?

एखाद्या माणसाच्या बाबतीत तुमच्याकडून चूक झाली तर तुम्ही त्याची क्षमा मागता. परंतु एखादी वस्तू हातातून निसटून खाली पडली, निष्काळजीपणामुळे खराब झाली, तुटली तर तुम्ही तिच्यासाठी क्षमा प्रार्थना करू शकाल का? तुम्हाला याची आवश्यकता वाटते का? वस्तूंबरोबर तयार झालेली कर्मबंधनं तुम्हाला दिसतात का?

या प्रश्नांवर तुमचं उत्तर 'नाही' असं असेल, तर हा अध्याय वाचल्यानंतर तुमचा 'नकार' होकारात बदलेल. वस्तू, यंत्र यांसारख्या निर्जीव वस्तूंकडे पाहण्याचा तुमचा दृष्टिकोनच बदलेल. निर्जीव वस्तूदेखील तुम्हाला सजीव वाटू लागतील. जडामध्येही चैतन्याचं दर्शन होईल आणि त्यांच्यासाठीही क्षमा साधना करण्याची आवश्यकता जाणवेल.

जडामध्येदेखील चैतन्य आहे

अखिल ब्रह्मांडामध्ये एकच जिवंत शक्ती आहे. त्याच एकमेव शक्तीने संपूर्ण ब्रह्मांड व्यापलं आहे. या पुस्तकात त्या शक्तीला 'इकाई' असं म्हटलंय. म्हणजे 'इंसाफ का ईश्वर' किंवा याला तरंग, ऊर्जा, युनिव्हर्सल एनर्जी असंही म्हणता येईल. हाच तर आहे साप-शिडीच्या खेळामागचा पांढरा बोर्ड.

जसं, एखाद्या लेझर शोमध्ये लेझर किरणांमुळे तयार होणारं दृश्य तंतोतंत वास्तव आणि सजीव वाटतं. प्रत्यक्षात ते लेझर किरणांचं आभासी रूप आहे, हे तुम्हाला माहिती असतं. अशाच प्रकारे ऊर्जादेखील सदैव आपल्या मूळ रूपामध्ये उपस्थित असूनही अन्य रूपांमध्ये आभासित होत राहते.

विज्ञानानेदेखील या तथ्याला दुजोरा दिला आहे, की ऊर्जा नेहमी आपल्या मूळ रूपात संरक्षित असते. तिची निर्मितीही होत नाही आणि तिला नष्टही करता येत नाही. ती फक्त रूपांतरित होऊ शकते. ती निराकार महाऊर्जा 'काही नाही' असूनही वेगवेगळ्या आकारांत व्यक्त होत राहते. उदाहरणार्थ, जमीन, त्या जमिनीवर तयार झालेलं एक घर, त्या घरातील प्रत्येक वस्तू जसं, टीव्ही, सोफा, गाडी, घरात येणारं पाणी, हवा, सूर्यप्रकाश, घरामध्ये राहणाऱ्या माणसांची शरीरं आणि त्या शरीरांना चालवणारे विचार... हे सर्व त्या एकमात्र 'इकाईचे' भिन्न भिन्न आभास आहेत.

विज्ञानाने या गोष्टीलाही पुष्टी दिली आहे, की प्रत्येक पदार्थ मूलतः तरंगच आहे.

पदार्थांच्या विघटनाद्वारे विज्ञानाने हे सत्य जाणलं. परंतु ही बाब संतमहात्म्यांनी, महापुरुषांनी, योगीजनांनी कित्येक शतकांपूर्वीच प्रकाशात आणलीय. त्यांनी ध्यान समाधीद्वारे हे चिरंतन सत्य प्रकट केलं. म्हणूनच ते सांगतात, 'दगडातही देव आहे. जडातही चैतन्य आहे.'

भक्त प्रल्हादाची कथा सर्वांनाच माहिती असेल. प्रल्हादाने हिरण्यकशिपूला सांगितलं, 'कणाकणात देवाचं अस्तित्व आहे. सर्व सजीव तसंच जड वस्तूंमध्येही नारायण आहे.' त्यावेळी हिरण्यकशिपूने तुच्छतेने विचारलं, 'या खांबामध्येदेखील तुझा देव आहे का?' यावर प्रल्हादाचं उत्तर होतं, 'हो, यामध्येही देव आहे.' त्यावेळी भक्ताचं ब्रीदवाक्य खरं करण्यासाठी विष्णू नरसिंहाच्या रूपात खांबातून प्रकटले.

अशा प्रकारे पौराणिक कथांमध्ये सत्याची गूढ भाषा प्रतीकांच्या माध्यमातून मांडण्यात आली. खांबामध्येदेखील देवाची उपस्थिती असते हे सांगितलं गेलं. केळ्याच्या झाडाला नारायणाच्या रूपात बघितलं. नद्यांना देवी मानलं. सृष्टीला शिवानीची (शिवाच्या पत्नीची) उपमा दिली. सांगण्याचं तात्पर्य, प्रत्येक जड वस्तू, वनस्पती-झाडं, निसर्ग, जमीन, आकाश, मनुष्य, पशु-पक्षी सगळेच त्या एका इकाईची आभासी रूपं आहेत. हीच गोष्ट आपल्या पूर्वजांनी, संतांनी प्रतीकं, आणि कथांच्या माध्यमातून सांगितली.

आपल्या पूर्वजांनी 'इकाई'च्या वेगवेगळ्या रूपांचं महत्त्व अधोरेखित करणाऱ्या अनेक परंपरा, सणांची निर्मिती केली. म्हणून त्यांच्याविषयी कृतज्ञता अनुभवून, त्यांना धन्यवाद दिले जातात. क्षमा साधना केली जाते.

जसं, एखाद्या प्रसंगी वनस्पती, नद्या तसंच पर्वतांची पूजा करतात. दसऱ्याला लोक त्यांच्या व्यवसायाचा, आयुष्याचा प्रमुख भाग असणाऱ्या वस्तूंची पूजा करतात. या दिवशी क्षत्रिय हत्यारांची, व्यापारी आपल्या खातेवह्यांची, विद्यार्थी पुस्तकांची, तर संगीतकार वाद्यांची पूजा करतात. या निमित्ताने वाहनांचीदेखील पूजा केली जाते. घरामध्ये एखादी नवीन वस्तू किंवा मशीन आणलं तर सर्वप्रथम त्याला कुंकू लावून, पूजा करून नंतरच ती वापरली जाते.

वस्तूंबद्दल प्रेम आणि कृतज्ञता

या परंपरांमागचं खरं ज्ञानच लोप पावलं असेल, तर विशिष्ट प्रसंगी वस्तूंची साफसफाई करून, संबंधित कर्मकांडं करून त्या पूर्वीसारख्या ठेवल्या जातील, वापरल्या जातील. परंतु जर का सणांमागं असणारी समज कायम असेल तर वस्तू, मशीन

यांच्याबद्दलची कृतज्ञता, आदर, प्रेम हे एका दिवसापुरताच नाही तर वर्षभर कायम राहील.

काही लोक आपल्या वस्तू जिवापाड सांभाळतात. कित्येक जण आपल्या वाहनांना, आवडत्या मशिनला नावंदेखील देतात. एखाद्या मित्राची किंवा कुटुंबातल्या सदस्याची काळजी घ्यावी तशी काळजी, प्रेम ते आपल्या वस्तूंना देतात. अशा माणसांच्या वस्तू आणि उपकरणं वर्षानुवर्षं अजिबात खराब न होता सुरळीत चालतात. याविरुद्ध अशीही काही घरं असतात जिथे निर्जीव वस्तूंबद्दल कोणत्याच भावना नसतात. वस्तूंची काळजी घेणं तर दूरच त्या जागच्या जागी नीट ठेवलेल्याही नसतात. त्यांना कशाही प्रकारे हाताळलं जातं. म्हणूनच अशा घरांमध्ये नवीन वस्तू केव्हा जुन्या होतात, हे समजतही नाही.

जडामध्येही चैतन्यशक्ती आहे, हे माहिती करून घेतल्यानंतर आता निर्जीव समजण्यात येणाऱ्या वस्तू, उपकरणं इत्यादींकडे तुम्ही नव्या दृष्टिकोनातून पाहायला सुरुवात करा. तुमच्यामध्ये असणारा युनिव्हर्सल सेल्फ हाच वस्तूंमध्ये, अचेतनमध्येही आहे अशा भावनेने घरातल्या आणि ऑफिसमधल्या वस्तूंकडे पाहा. त्याचबरोबर त्या वस्तूंचं तुमच्या आयुष्यातलं महत्त्व काय आहे? त्या नसत्या तर तुमच्या दिनचर्येमध्ये कोणकोणत्या अडचणी आल्या असत्या, यांवर मनन करा.

उदाहरणार्थ, कॉम्प्युटर इंजिनिअरची नोकरी ही पूर्णपणे कॉम्प्युटरवरच अवलंबून असते. त्याचा कॉम्प्युटर जर बिघडला, तर त्याला अनंत अडचणींचा सामना करावा लागतो. त्यामुळे कॉम्प्युटरने योग्य प्रकारे कार्य करावं, ही त्या इंजिनिअरवर असणारी मोठी कृपा असते.

विचार करा, एका गृहिणीचा कुकिंग गॅस खराब झाला, शिंप्याचं शिवणयंत्र बिघडलं, उन्हाळ्यात फ्रीज खराब झाला, एखाद्या मल्टिस्टोअर बिल्डिंगची लिफ्ट खराब झाली, तर संबंधित लोकांना किती अडचणींचा सामना करावा लागेल? त्यांच्या जीवनात उलथापालथ होईल. मोबाइल फोनशिवाय एक दिवस राहणं, तुम्हाला तरी शक्य आहे का?

याचाच अर्थ, रोजच्या आयुष्यात वापरात येणाऱ्या कित्येक वस्तू न थांबता, न थकता, न कुरकुरता योग्य प्रकारे काम करत आहेत, तुमची सेवा करत आहेत. त्यामुळेच तर तुम्ही शांतपणे जीवन जगत आहात. विचार केला, तर मनुष्याची मानसिक शांतता, दैनंदिन जीवनात उपयोगात येणाऱ्या वस्तू आणि उपकरणांवरच अवलंबून आहे. मग

त्यांच्याकडे प्रेमाने पाहावं, स्पर्श करावा, मनापासून धन्यवाद देऊन त्यांच्याबद्दल कृतज्ञता व्यक्त करावी एवढंही तुम्हाला वाटत नाही का? इतकंही तुमचं कर्तव्य नाही का?

ईश्वर नानाविध रूपांमध्ये तुम्हाला मदत करतोय, तुमची कामं करतोय, तुमचं आयुष्य सोपं-सरळ बनवतोय. ईश्वराच्या या कृपेला तुम्ही ओळखलं नसेल, तर यासाठी निश्चितच क्षमा प्रार्थना करायला हवी.

वस्तू, मशीन यांच्यासाठी क्षमा प्रार्थना

ज्याप्रमाणे मनुष्याच्या सूक्ष्म शरीराला 'ए.एम.एस.वाय.', स्थूल शरीराला 'बी.एम.एस.वाय.' म्हटलं गेलंय, त्याचप्रमाणे निर्जीव वस्तूंच्या सूक्ष्म रूपाला 'ई.एम.एस.वाय.'* संबोधलं आहे. आपण कोणत्याही वस्तूच्या ई.एम.एस.वाय.ला आपल्या ध्यानक्षेत्रात आमंत्रण देऊन तिच्याशी बोलू शकता.

ई.एम.एस.वाय. क्षमा प्रार्थना

माझ्या प्रिय (वस्तूचं नाव) .... च्या दिव्य ई.एम.एस.वाय. मी तुम्हाला माझ्या ध्यानक्षेत्रात आमंत्रित करतो/करते.

माझ्या आयुष्यात तुमचं जे योगदान आहे, तुम्ही मला जे निरपेक्ष सहकार्य करत आहात, त्यासाठी मी तुमचा आभारी आहे. मी अंतःकरणापासून तुम्हाला धन्यवाद देतो. माझ्या यशाच्या प्रवासात, माझ्या मानसिक शांततेत तुमचंदेखील संपूर्ण सहकार्य आहे.

तुम्ही मला साथ दिली, माझी इतकी मदत केली परंतु माझ्या अज्ञानामुळे आणि असंवेदनशीलतेमुळे मी कधीही तुमचं कौतुक केलं नाही, तुम्हाला धन्यवाद दिले नाहीत, यासाठी मी माफी मागतो, कृपया मला क्षमा करा.

माझ्याकडून तुमची देखभाल करण्यात ज्या उणिवा राहिल्या, त्यासाठीदेखील मी तुम्हाला क्षमा मागतो, कृपया मला माफ करा.

मी तुमच्यामध्ये त्याच एका इकाईला बघितलं नाही. तुमच्याकडे वस्तू म्हणूनच बघितलं, तुम्हाला स्वतःपेक्षा वेगळं आणि क्षुद्र मानलं, यासाठीदेखील मी तुमची क्षमा मागतो, कृपया मला क्षमा करा.

---

*E-earth- मातीपासून बनलेल्या सर्व वस्तू.

मी वचन देतो, की इथून पुढे तुमच्या प्रेमाचं व सहयोगाचं मोल ओळखून, तुमची काळजी घेईन आणि तुमच्यामध्येदेखील त्याच चैतन्याचं दर्शन घेईन, जी माझ्यामध्ये आहे. आतापर्यंतच्या माझ्या चुकांकरिता कृपया मला क्षमा करा... क्षमा करा... क्षमा करा.

धन्यवाद... धन्यवाद... धन्यवाद...

अशा प्रकारे वस्तू, वाहनं, उपकरणं, यंत्र इत्यादींसाठी क्षमा साधना सुरू केल्यावर त्याचे आश्चर्यकारक परिणामदेखील पाहायला मिळतील. त्या पहिल्यापेक्षा जास्त चांगलं काम करतील. त्यांच्याबरोबर तुमचं भावनिक नातं जुळेल, ज्यामुळे तुम्हीदेखील त्यांची अधिक चांगली काळजी घ्याल. परिणामी त्यांचं आयुर्मानही वाढेल. एखादी वस्तू किंवा गाडी एखाद्या माणसाकडून एका झटक्यात सुरू होते, तर कित्येकांना ती चालू करण्यासाठी प्रचंड मेहनत घ्यावी लागते. एखादं मशीन एखाद्या माणसासोबत चांगलं काम करतं परंतु तेच दुसऱ्याला त्रासदायक ठरतं. कारण काही लोकांना भावना तसंच विचारांद्वारे मशीन, वस्तूंबरोबर ट्यूनिंग करता येतं आणि काहींना ते जमत नाही. क्षमा साधना करून तुम्हीदेखील वस्तूंबरोबर ट्यूनिंग तयार करा आणि त्यांच्याशी तयार झालेली कर्मबंधनं नष्ट करा.

अशा प्रकारे इकाईच्या सगळ्या चेतन स्वरूपांना निरंतर क्षमा साधना करा. शिवाय जडामध्येदेखील त्याच एकमेव चैतन्याचं दर्शन तुम्ही घेत असाल, तर सर्वोच्च अवस्थेपर्यंत पोहोचण्याची तुमची पात्रता तयार होत आहे, असं समजा. ही अवस्था आणि सर्वोच्च अवस्था यादरम्यान आणखी एक टप्पा आहे. तो समजून घेण्याची, पार करण्याची आवश्यकता आहे. या टप्प्याविषयी आपण पुढील अध्यायात जाणणार आहोत.

अध्याय २२

निःस्वार्थ क्षमा साधना

जबाबदारीची जाणीव

क्षमा साधनेच्या आत्तापर्यंतच्या प्रवासात ज्या कर्मबंधनांशी तुम्ही कुठं ना कुठं प्रत्यक्षपणे जोडला होता, ज्यांचा तुमच्यावर सरळ प्रभाव पडला होता त्या कर्मबंधनांना तुम्ही नष्ट केलं. आता वेळ आली आहे, अशी कर्मबंधनं नाहीशी करण्याची ज्यांच्याशी तुम्ही व्यक्तिगतरीत्या जोडलेले नाहीत. तरीदेखील तुम्हाला त्यांच्यासाठी क्षमा साधना करायची आहे. आजूबाजूला किंवा जगामध्ये असणाऱ्या असंख्य समस्या किंवा कर्मबंधनं ही तुम्हाला तुमची वाटत नाहीत. तरीदेखील ती मिटवण्यासाठी तुम्हाला सहयोग द्यायचा आहे.

कर्मबंधनांपासून पूर्ण मुक्ती यालाच मोक्ष म्हणतात. तिथपर्यंत पोहोचण्यासाठी दोन गोष्टींची आवश्यकता असते. पहिली म्हणजे, विश्वाबद्दल असणाऱ्या तुमच्या जबाबदाऱ्यांची जाणीव आणि दुसरी बाब, 'निःस्वार्थ भावना'. अखिल विश्वासंबंधी असणाऱ्या कर्तव्यांची जाणीव ज्यांना होते, त्यांच्याकडून आपोआपच निःस्वार्थ भावनेने सर्वांसाठी क्षमा साधना घडते.

वास्तविक ही मोक्षापूर्वीची (स्वानुभवापूर्वीची) अवस्था असते. ज्यामध्ये निसर्ग एका जबाबदार मनुष्याला इतरांना करुणा वाटण्याचं प्रशिक्षण देतो. या अवस्थेत मनुष्याच्या अंतरंगातून अशा प्रार्थना उमटतात - 'सगळ्यांचं भलं व्हावं, सर्वांनी कर्मबंधनांतून मुक्त होऊन स्वातंत्र्याचा आनंद घ्यावा...' या अवस्थेमध्ये स्थापित झालेल्या माणसासाठी

संपूर्ण जग हेच कुटुंब बनतं. तो छोट्याशा मर्यादांमध्ये स्वतःला बांधून घेत नाही. 'तुझं-माझं' या संकुचित विचारसरणीपासून वर येऊन तो 'सर्वांचा' विचार करतो आणि प्रार्थना करतो.

आपल्या जबाबदाऱ्या ओळखा

आज संपूर्ण जगात वेगवेगळ्या गंभीर समस्या भेडसावत आहेत. दहशतवाद, युद्ध, बेरोजगारी, गरिबी, साथीचे रोग, मंदी, महिलांवरील अत्याचार अशा बातम्या आपल्या कानावर आणि वाचनात सातत्याने येतच असतात. त्या ऐकताना, वाचताना किंवा पाहताना लोकांचा राग, दुःख, नकारात्मकता अनावर होते. 'या देशात काहीही चांगलं घडू शकत नाही... जगाची वाटचाल नरकाच्या दिशेने सुरू झालीय... हे राहण्याच्या लायकीचं नाही... घोर कलीयुग सुरू आहे...' यांसारख्या वाक्यांतून ते आपला उद्रेक व्यक्त करतात.

प्रत्यक्षात जगामध्ये जे काही घडतंय, ज्या परिस्थितींना सामोरं जावं लागतंय हे सर्व विश्वातील लोकांच्या एकत्रित भाव, विचार, वाणी आणि क्रिया यांचं योगदान आहे. आज जे काही दिसतंय, त्यात सर्वांचं एकत्रित योगदान आहे. त्या सर्वांमध्ये आपणही येतोच. त्यामुळे जी परिस्थिती निर्माण झाली आहे, त्यासाठी आपणदेखील जबाबदार आहोत, ही समज जगातल्या प्रत्येक समस्येकडे पाहताना ठेवायला हवी.

संपूर्ण जगात विकास घडतोय किंवा नाही, पाऊस येतोय किंवा नाही, लोकांची प्रगती होतेय किंवा नाही, देश स्वतंत्र आहे किंवा नाही, भ्रष्टाचार वाढतोय की कमी होतोय... ही जी काही अवस्था आहे, ती सर्वांच्या एकत्रित विचारांचा परिणाम आहे. ज्या विचारांना बळ मिळतं, तशाच क्रिया घडतात आणि त्यानुसारच परिणाम येतात.

संपूर्ण विश्वाला एक घर समजा. एका घरात ८-१० सदस्य आहेत, असं समजा. आता घरात एखादी समस्या उद्भवली, तर त्यात सगळ्या सदस्यांचं काही ना काही योगदान असतंच. काहींचं सरळ कृतींमधून तर काहींचं विचारांमधून. घरातील काही लोक समस्येला अवाजवी महत्त्व देतात. तिच्याबद्दल नकारात्मक भावना ठेवून चर्चा करून समस्या आणखी वाढवतात. प्रत्यक्षात निसर्गनियम सांगतो, 'ज्या गोष्टीचं वर्णन केलं जातं, ती प्रत्यक्षात येते.' एखाद्या आजारावर जास्त लक्ष दिलं तर तो वाढतो. आजार नसतानादेखील तो होतो कारण त्याची निर्मिती विचारांमध्ये घडते. हीच बाब, देशातील, जगातील मोठमोठ्या समस्यांनाही लागू पडते.

मीदेखील जबाबदार...

इथवर वाचल्यानंतरही अनेकांना शंका वाटत असेल, की 'अमुक एखाद्या समस्येसंबंधी आम्ही विचारसुद्धा केला नाही. मग त्यात आमचा सहभाग कसा?' तर ही बाब एका गोष्टीमधून समजून घेऊया.

एका राज्यात न्यायप्रिय राजा होता. त्या राज्यात एखादा अपराध घडला आणि अपराधी पकडला गेला नाही, असं कधीही झालं नाही. अपराधी वृत्तीच्या लोकांवर वचक बसण्यासाठी राजा अपराध्यांना अत्यंत कडक शासन करत असे. एके दिवशी त्या राज्यात एका खुन्याला अटक केली. त्या माणसाने आपल्या शेजाऱ्याचा विचित्र पद्धतीने खून केला होता. त्याच्या हत्येसाठी त्याने बर्फाने तयार केलेल्या धारदार हत्याराचा वापर केला होता. हत्येनंतर बर्फाचं हत्यार आपसूकच विरघळून गेलं. त्यामुळे पुरावादेखील नाहीसा झाला. सैनिकांच्या कौशल्यामुळे तो अपराधी पकडला गेला. अन्यथा तो सापडलाच नसता. राजाने त्या खुन्याला भर चौकात फाशीची शिक्षा सुनावली. त्याच्या फाशीची तयारी सुरू असतानाच तिथून एक सिद्ध महात्मा चालले होते. राजाच्या मनात या महात्म्यांविषयी खूप श्रद्धा होती. साखळदंडाने बांधलेल्या त्या कैद्याला पाहून महात्म्यांच्या मनात करुणा जागृत झाली. त्यांनी राजाला त्या माणसाच्या शिक्षेचं कारण विचारलं. त्यावर राजा म्हणाला, 'महात्मन, या माणसाने अत्यंत क्रूरपणाने आपल्या शेजाऱ्याची हत्या केल्याने त्याला फाशीची शिक्षा ठोठावली आहे.'

महात्मा म्हणाले, 'अपराधाची अंतिम क्रिया याच शरीराकडून घडली. त्यामुळे हा अपराधी आहे, हे बरोबर. परंतु केवळ हा एकटाच अपराधी नाही. तर या राज्याचा प्रत्येक नागरिक या अपराधामध्ये सहभागी आहे, अगदी तुम्हीसुद्धा राजन्.' हे ऐकून राजा चपापला, 'हे आपण काय सांगत आहात महात्मन्, संपूर्ण राज्य आणि मीदेखील या अपराधामध्ये सहभागी आहोत. ते कसं? खून तर या माणसाने केलाय ना?' यावर महात्मा म्हणाले, 'ठीक आहे. मी तुला सिद्ध करून दाखवतो.'

महात्मा त्या खुन्याकडे गेले आणि म्हणाले, 'बाळा, त्या माणसाचा तू खून का केलास?'

त्यावर तो म्हणाला, 'महाराज, माझा खून करण्याचा हेतू नव्हता. मी तर तसा विचारही कधी केला नव्हता. तसं पाहिलं तर तो माझा मित्रच होता. परंतु त्या दिवशी त्याच्या घरातून त्याच्या पत्नीचा रडण्या-ओरडण्याचा आवाज ऐकू आला. मी जाऊन पाहिलं, तर तो आपल्या पत्नीला मारत होता. मला ते सहन झालं नाही आणि म्हणून मी त्याला ठार मारलं.'

महात्म्यानी विचारलं, 'तू इतका उत्तेजित झालास त्या अर्थी त्याची पत्नी तुझी नातेवाईक आहे का?'

'नाही महाराज. परंतु माझे वडील नेहमी माझ्या आईवर हात उगारायचे. त्यावेळी मी खूप लहान असल्याने काही करू शकत नसे. माझ्या मनात आक्रोश लहानपणापासूनच दाटला होता. त्या दिवशी का कुणास ठाऊक, मार खाणाऱ्या त्या स्त्रीमध्ये मला माझी आई दिसली आणि त्या माणसामध्ये माझे वडील. तत्क्षणी माझा सगळा साठलेला जळफळाट बाहेर पडला आणि मी त्या माणसाला ठार मारलं.'

महात्मा म्हणाले, 'बघितलं राजन, त्याच्या वडिलांइतकेच इतरही लोक दोषी आहेत, ज्यांच्यामुळे त्याच्या वडिलांची अशी वृत्ती बनली.'

महात्म्यानी पुढे विचारलं, 'बरं एक सांग, या आक्रोशामध्ये तुझ्याकडे अचानक ते बर्फाचं हत्यार कसं आलं?'

'महाराज, मी अशा प्रकारची अद्भुत शस्त्रास्त्रं आणि हत्या करण्याचे वेगवेगळे प्रकार असलेलं एक पुस्तक वाचलं होतं. त्यानुसार मी बर्फाचा एक चाकू तयार केला. मग तो खरोखरंच कामाचा आहे किंवा नाही, हे पाहण्यासाठी घरात ठेवून दिला होता.'

महात्मा म्हणाले, 'राजन, या अपराधात त्या पुस्तकाचे लेखक, प्रकाशक, विक्रेता यांचादेखील वाटा आहे, ज्यांनी याला असं हत्यार बनवण्याचा विचार दिला.'

महात्मा त्या खुनी माणसाला म्हणाले, 'तुझ्या मनात लहानपणापासूनच क्रोध धगधगत होता, आता तुझ्याकडे हत्यारही होतं. पण ईश्वराने तुला विवेक बुद्धीदेखील दिलीय. खरंतर योग्य-अयोग्य यांतील फरक ओळखून, तू स्वतःवर संयम ठेवू शकला असतास.'

यावर त्याने उत्तर दिलं, 'महाराज त्यावेळी माझी बुद्धी काम करत नव्हती. कारण मी दारू प्यायलो होतो. दारूने माझा विवेक नष्ट केला होता.'

'तू दारूदेखील पितोस?' महात्म्यानी विचारलं.

'मी पीत नाही. परंतु एका मित्राने जबरदस्तीने मला पाजली.'

'राजन्, या अपराधामध्ये त्याचा मित्रदेखील सामील होता, ज्याच्यामुळे याचा विवेक नष्ट झाला.'

त्याच्या मित्राला जेव्हा विचारलं, 'तू याला दारू का पाजलीस?' त्यावर तो म्हणाला, 'माझ्या घराजवळच दारूचं नवीन दुकान उघडलंय. दुकानाचा पहिला दिवस असल्याने खूपच स्वस्तात दारू मिळत होती. म्हणून मी जास्त दारू खरेदी केली.'

यावर दुकानदाराची चौकशी केल्यानंतर समजलं, की राज्यात दारूची दुकानं काढण्यासाठी जो टॅक्स घेतात, त्यामध्ये सूट दिल्याने त्याने दारू स्वस्तात विकली होती. यासंबंधी शासकीय अधिकाऱ्यांशी चर्चा केल्यावर समजलं, हे हुकूम तर राजानेच दिले होते. कारण त्या वर्षी राज्यात दारूचं उत्पन्न जास्त झालं होतं.

महात्मांनी राजाला पुन्हा विचारल्यावर राजा म्हणाला, 'महात्मन्, आपलं राज्य दारू उत्पादनाचं प्रमुख केंद्र आहे. आपण ती शेजारील राज्यांना निर्यातही करतो. यामुळे आपल्याला मुबलक धन आणि टॅक्सही मिळतो. तेच धन मी राज्याच्या कल्याणासाठी, जनतेच्या सुखसुविधांसाठी उपलब्ध करून देतो.'

महात्मा म्हणाले, 'परंतु राजन्, या अपराधामध्ये दारूची महत्त्वपूर्ण भूमिका होती. तुम्हाला जर तुमच्या राज्यात असे अपराध घडू नये असं वाटत असेल तर मनुष्याचा विवेक नष्ट करणाऱ्या दारूच्या विक्रीवर बंदी आणावी लागेल.'

राजा म्हणाला, 'महात्मन्, हे कसं शक्य आहे? तसं झालं तर मी राज्याच्या खर्चाचा भार कसा पेलणार? यामुळे आपल्या राजकोशाची स्थितीही खालावेल.'

तिथे उपस्थित असलेली प्रजादेखील म्हणू लागली, ‘नाही नाही... हे कसं होईल... आमचा व्यापार, सुखसुविधा सगळ्यांवरच याचा परिणाम होईल.’

यावर महात्मा म्हणाले, ‘दारुबंदी करण्याचं साहस तुमच्यात नाही, तर या सत्याचा स्वीकार करण्याचं धाडस दाखवा. कारण या अपराधात तुम्ही सगळेच कोणत्या ना कोणत्या रूपात भागीदार आहात. जे विचार, साधनं तुम्ही या अपराध्याला दिलीत, त्यामुळेच त्याने अपराध केला. आज याला शिक्षा होतेय, कधी ना कधी तुम्हा सर्वांनादेखील होईल.’ असं म्हणून ते महात्मा तिथून निघून गेले.

ही गोष्ट एका विशाल सत्याचं दर्शन घडवते. संपूर्ण विश्वच परस्परांशी कोणत्या ना कोणत्या प्रकाराने जोडलं आहे. प्रत्येकाचे भाव, विचार, वाणी आणि क्रिया यांचा परिणाम सर्वांवर घडतो. सर्वांच्या एकत्रित कर्मबंधनांतूनच चांगलं किंवा वाईट दृश्य साकारतं. परंतु हे सर्व अदृश्यामध्ये होत असल्याने लोकांना ही गोष्ट लक्षात येत नाही.

आपला सहभाग काढा

लहानपणी तुम्ही कधी ना कधी पत्त्यांपासून घर बनवलं असेल. पत्त्यांच्या घरातलं एक पान जरी काढलं तरी संपूर्ण घरच कोसळतं. समजा, जगाच्या सगळ्या समस्यांरूपी घरातदेखील सगळे लोक आपापल्या नकारात्मक विचारांचं एक एक पान जोडत आहेत. तुम्ही क्षमा साधना करून तुमचं एक नकारात्मक पान काढून टाकल्यानं बाकीची पानंही पडतील. समस्या सुटू लागतील. ही बाब, सांगण्या-ऐकण्यासाठी खूप क्षुल्लक वाटते. पण प्रत्यक्षात तिचा परिणाम खूप खोलवर असतो.

सर्वप्रथम जगातील कोणत्याही समस्येकडे पाहण्याची तुमची दृष्टी बदला. तुम्हाला समस्या दिसतेय याचा अर्थ तुम्हीदेखील त्यासाठी जबाबदार आहात. त्यामध्ये तुमच्याकडून काही नकारात्मक योगदान होत असेल, तर तेदेखील समजून घ्या. असा विचार करू नका, की ‘रस्त्यांवर खड्डे आहेत तर मी काय करू? भ्रष्टाचार वाढतोय, तर त्यात माझा काय दोष?’ आता तुम्हाला समजलंय, की जे काही घडतंय तो सगळ्यांच्या एकत्रित विचारांचा परिणाम आहे. अगदी थोडासा ०.००००१% का होईना, पण तुमच्या विचारांचा सहभाग त्यामध्ये आहे. मग त्या ०.००००१% नकारात्मक सहभागासाठी तुम्ही इकाईला क्षमा प्रार्थना करून तुमचं पान काढून घ्या. आपली नकारात्मकता दूर करून सकारात्मक योगदान वाढवा.

इथून पुढे घरामध्ये, बाहेर, देशात, जगामध्ये कुठंही कोणतीही समस्या दिसली, तर अशा प्रकारे क्षमा प्रार्थना करा –

‘हे इकाई, मी क्षमाप्रार्थी आहे,
कृपया माझ्या विचारांमुळे या समस्येमध्ये जे काही
थोडंसं नकारात्मक योगदान झालंय,
त्यासाठी कृपया मला क्षमा करा.’

अशा प्रकारे जगातल्या नकारात्मतेमधून तुमचा वाटा काढून घेऊन, त्याजागी तुमच्या सकारात्मक, सर्जनशील आणि चांगल्या विचारांचं योगदान द्या. प्रत्येकानेच असं केलं तर वैश्विक स्तरावरची संपूर्ण नकारात्मकता नष्ट होऊन सकारात्मता निर्माण व्हायला कितीसा वेळ लागेल?

ग्लोबल (वैश्विक) प्रार्थनेतील भाव

प्रार्थनेवर विश्वास असणाऱ्यांनी अनुभवलंय, की त्यांच्या प्रार्थना इकाईपर्यंत पोहोचतात आणि त्या पूर्णदेखील होतात. आपण आपल्या प्रार्थनांमध्ये ‘मी, माझं, मला’ याऐवजी ‘सगळ्यांचा, आम्हा सगळ्यांना, आमचं’ यांसारख्या शब्दांचा वापर केला तर काय होईल? आपल्या प्रार्थना पूर्ण होणार नाहीत का? अवश्य पूर्ण होतील. ‘मी’सह केलेली प्रार्थना पूर्ण होऊ शकते, तर ‘आम्ही सर्व’ अशी केलेली प्रार्थनादेखील नक्कीच पूर्ण होईल. मग आपल्या प्रार्थनेमध्ये सर्वांना समाविष्ट करून घेऊया. ‘मला क्षमा करा’ याऐवजी ‘आम्हा सर्वांना क्षमा करा’ असं म्हणा. प्रार्थना व्यक्तिगत स्तरावरून अव्यक्तिगत रूपात आणि ग्लोबल करा ज्यामुळे सगळ्यांना तिचा लाभ मिळेल. विश्वास ठेवा, संपूर्ण जगाला जर लाभ झाला, तर तो आपल्यालादेखील नक्कीच होतो. कारण आपणही विश्वाचाच एक भाग आहोत. जसं, सूर्याची किरणं सर्वांवर पडण्यासाठी कोणत्याही एका भागातली किरणं कमी होत नाहीत. त्याचप्रमाणे सगळ्यांवर इंसाफच्या ईश्वराची कृपा समान झाल्यामुळे तुमच्यावर होणारी कृपा कमी नसेल.

जगामध्ये असे काही लोक आहेत जे सगळ्या समस्यांसाठी, सर्वांसाठी क्षमा साधना करतात. जगामध्ये आपल्या सकारात्मक विचारांचं योगदान देतात. स्वतःकरता नाही तर संपूर्ण विश्वाच्या कल्याणासाठी प्रार्थना करतात. जगामध्ये जे चांगलं आणि सकारात्मक दिसतंय, ते अशाच लोकांमुळे. त्यांच्यामुळेच जगाचा विकास घडतोय.

विश्वकल्याणासाठी जे लोक प्रार्थना करतात, अशांपर्यंत थांबलेल्या कृपा नक्कीच

पोहचतात. एवढंच नव्हे तर वेगानं पोहोचतात. मग त्या इतरांपर्यंत पोहोचतात किंवा नाही, हा भाग निराळा. कारण अशी माणसं स्वार्थाच्या पलीकडे जाऊन, पूर्ण रिक्त होऊन, संपूर्ण ग्रहणशील झालेली असतात.

चला तर, आपणही सर्वांसाठी प्रार्थना करूया –

'सगळ्यांचं भलं करा, सगळ्यांना क्षमा करा
सर्वांत आधी मला क्षमा करा.
सगळ्यांवर तुमचं लक्ष राहू द्या.
सगळ्यांचं सदैव कल्याण होऊ द्या.'

अशा प्रकारे तुम्ही सकाळी किंवा रात्री ९.०९ मिनिटांनी संपूर्ण विश्वासाठी प्रार्थना केली, तर त्याद्वारे तुम्ही विश्वात तुमचा सकारात्मक विचार पाठवत आहात. वैश्विक स्तरावर शांतता, प्रेम, आनंद यांसाठी कामना करत आहात. आता तुम्हाला सर्वांसाठी प्रार्थना करणं शक्य नसेल, तर कमीत कमी आपल्या समस्या सोडवण्यासाठी तरी अवश्य प्रार्थना करा. आपल्या सगळ्या नकारात्मक विचारांसाठी क्षमा मागून आपला नकारात्मक सहभाग दूर करून, जगामध्ये सकारात्मकता वाढवण्यासाठी योगदान द्या. विश्वशांतीची ही प्रार्थना करताना तुम्ही पुढील पंक्ती म्हणा. त्याचबरोबर तुम्हाला रचनात्मक कल्पनाही करायची आहे –

'पृथ्वीवर पांढरा शुभ्र प्रकाश (दिव्य शक्ती) येत आहे.
पृथ्वीतून सोनेरी प्रकाशाचा (चेतनेचा) उदय होत आहे.
विश्वातील सगळी नकारात्मकता दूर होत आहे.
सर्वजण प्रेम, आनंद, शांती आणि क्षमेसाठी खुलत आहेत.
सर्वांना क्षमा केली जात आहे.
सगळे इतरांना आणि स्वतःला क्षमा करू शकत आहेत.
सर्वजण अंतर्यामी साफ आणि रिक्त होत आहेत.
सगळे लोक ईश्वरीय कृपेसाठी ग्रहणशील होत आहेत.'

संपूर्ण विश्वासाठी मनामध्ये या भावना बाळगा. ज्या ठिकाणी तुम्ही आहात तिथूनच, एकत्रितपणे, एकाच वेळी प्रार्थना केली तर भरपूर सकारात्मक विचार निर्माण

होतील. मग ते एकसंध होऊन विश्वाची चेतना उंचावतील आणि समस्या दूर करण्यासाठी मदत करतील.

विश्व कल्याणाचा हेतू एका प्रचलित संस्कृत श्लोकातूनही मांडला आहे-

'सर्वे सुखिनः भवंतु, सर्वे संतु निरामया।
सर्वे भद्राणी पश्यंतु, मा कश्चित् दुःखभाग् भवेत्।।'

अर्थात सर्वजण सुखी, निरोगी होवोत, सगळ्यांनी चांगल्या, सकारात्मक गोष्टी पाहाव्यात, दुःखी होण्याची वेळ कुणावरही येऊ नये.

प्रार्थनेचे शब्द, भाषा, अभिव्यक्तीची पद्धत कोणतीही असली तरीही प्रार्थनेच्या वेळी तुमचा भाव, 'संपूर्ण विश्वाचं मंगल होवो', असा असेल तर ती नक्कीच सफळ होईल.

अध्याय २३

क्षमेद्वारे मोक्षाप्रत

अहंकारातून मुक्ती

मनुष्याचं आयुष्य साधारणतः दोन ध्येयं साध्य करण्यात खर्च होतं. पहिलं, 'दुःखापासून मुक्ती' आणि दुसरं 'सुखाची प्राप्ती'. साप-शिडीच्या खेळातही हेच सुरू असतं. सापापासून (दुःखापासून) कसं वाचायचं, शिडी (सुख) कशी पकडायची? हाच जुगार खेळता खेळता माणसाचं सगळं जीवन व्यतीत होतं.

आतापर्यंत तुम्ही प्रत्येक प्रकारच्या सापापासून म्हणजेच कर्मबंधनांपासून मुक्त होण्याची 'क्षमा साधने'सारखी सोपी आणि प्रभावी पद्धत शिकलात. निरंतर क्षमा साधना करून तुम्ही 'दुःखमुक्तीचं' पहिलं ध्येय नक्कीच गाठू शकाल.

आता गोष्ट येते शिडीची. शिडी साहाय्यक असली, तरीदेखील ती कर्मबंधनांपासूनच तयार झालीय, असा विचार तुम्ही कधी केलाय का? शिडीलाच ध्येय मानलं तर पुन्हा तुम्ही कर्मबंधनांमध्येच अडकाल. कसं, हे समजून घेऊया.

शिडीपासूनही मुक्ती

कल्पना करा... दुःखांचं पार्सल आणणाऱ्या कर्मबंधनांपासून मुक्त होऊन माणसाच्या आयुष्यात एक उच्च अवस्था आली आहे. त्याचं आयुष्य सुरळीत सुरू आहे. मनामध्ये सगळ्यांसाठी मंगलमय विचार आहेत, प्रार्थना आहेत आणि चांगली कर्मंदेखील घडत आहेत. याचाच अर्थ, त्याच्यात सत्त्वगुणांचा उदय झालाय. तो 'बॅड' वरून 'गुड'वर

स्थापित झाला आहे. साप नाहीसे झालेत, आता केवळ शिड्याच दिसताहेत! सत्त्वगुणी मनुष्यासाठी यापेक्षा छान, सुखद अवस्था आणखी कोणती असू शकेल?

पण हीच ती अवस्था, जी मनुष्याच्या अंतिम ध्येयामध्ये (मोक्षप्राप्ती) सर्वांत मोठा अडथळा बनते. कारण या अवस्थेत तो अत्यंत सुखी, समाधानी असतो. त्यामुळे इथून पुढे जाण्याची त्याला इच्छाच उरत नाही. म्हणून तशा प्रार्थनाही उमटत नसल्याने अध्यात्मामध्ये हा टप्पा पार करणं सर्वाधिक कठीण असतं. याच वेळी गुरूंवरचा विश्वास, समर्पण, त्यांचं मार्गदर्शन सर्वांत महत्त्वपूर्ण असतं. हीच वेळ असते जेव्हा भक्ती तिची भूमिका प्रभावीपणे बजावते.

गुरू सांगतात, 'हे सुखदेखील सोडा, इथे थांबण्याचीही आवश्यकता नाही, प्रवास सुरू ठेवायचा आहे, मुक्कामाचं खरं ठिकाण तर पुढे आहे.' परंतु मनुष्य विचार करतो, 'यापेक्षा श्रेष्ठ आणखी काय असू शकतं... असलं तरी मला काय त्याचं? मी तर इथंच मजेत आहे' असा विचार केल्याने त्याचा मोक्षाचा प्रवास थांबतो. वास्तविक ज्या उद्देशासाठी त्याचा जन्म झाला होता- स्वतःशी परिचित होणं, मी कोण आहे हे अनुभवानं जाणणं अभिप्रेत होतं; तो मूळ हेतूच त्याच्या हातून निसटतो. ज्या शिडीला तो वर चढण्याचं 'साधन' समजत होता, तीच शिडी त्याच्यासाठी 'साध्य' बनते. तिच्यावरच तो घर थाटतो आणि प्रत्येक सापाच्या व शिडीच्या पलीकडे असणाऱ्या आपल्या 'खऱ्या घराकडे' जाण्याचं त्याला विस्मरण घडतं.

अर्थात तुम्ही सत्त्वगुणापर्यंतही पोहोचलात. 'बॅड'पासून 'गुड'पर्यंत प्रवास झाला. परंतु आता तुम्हाला 'गुड'पासूनही पुढं जायचंय. कारण 'गुड'च्या पुढे 'गॉड' (सेल्फ, इकाई, मोक्ष) आहे. जो 'गुड' अडकवतो, तो प्रत्यक्षात 'नॉट गुड' असतो. म्हणजे ही अवस्था सुखद वाटत असली, तरी मोक्षप्राप्तीत बाधा निर्माण करणारी असते. जो 'गुड' तुम्हाला 'गॉड'पर्यंत जाण्यासाठी आडकाठी आणतो तो 'गुड'देखील बॅड इतकाच 'बॅड' आहे. सत्त्वगुण जेव्हा अडकवतो तेव्हा तोदेखील वाईटच असतो. बेडी लोखंडाची असो अथवा सोन्याची, दोन्हींचं काम एकच असतं, ते म्हणजे अडकवणं! तुमचं खरं ध्येय सत्त्वगुणाच्याही पलीकडे 'गुणातीत' या अवस्थेप्रत पोहोचण्याचं आहे, हे ध्यानात ठेवा.

शिडीपासूनही मुक्ती देते भक्ती

जे लोक केवळ दुःखनिवारणासाठीच क्षमा साधना करतात, ते अडकू शकतात. परंतु क्षमा साधना करून काहींना संपूर्णपणे रिक्त व्हायचंय, कृष्णाची बासरी बनायचंय,

ईश्वराने आपली जीवनधून वाजवावी अशी त्यांची इच्छा असते, ईश्वरीय अभिव्यक्तीसाठी ते आपलं शरीर तयार करत असतात, त्यांनाच ईश्वराचे खरे भक्त असं संबोधलं जातं. अन्यथा शिडी (सुख) मिळवण्यासाठी तासन् तास देवाचा जप करणं, कर्मकांड करणं, ही खरी भक्ती नाही. खरी भक्ती तर तीच असते, जी आपल्या क्रियेमध्ये उतरते. अशी भक्ती साप आणि शिडी यांतील अंतरच तुम्हाला विसरायला लावेल. साप असो किंवा शिडी, भक्त प्रत्येक परिस्थितीत आनंदीच राहतो. प्रत्येक अवस्थेत तो क्षमा साधना करतो.

भक्तीमध्येच ती शक्ती आहे, जी तुमच्याकडून मोठ्यातलं मोठं आकर्षणदेखील सहजपणे सोडवते. अहंकार कोणत्याही परिस्थितीत झुकायला तयार नसतो, त्यावेळी भक्तीच त्याला लीन व्हायला शिकवते. अत्यंत गहिऱ्या वृत्ती, धारणा, कोर थॉट समर्पित करायला लावते. क्षमा करणं कितीही अवघड असलं तरीही भक्ती हे कठीण काम सहजतेने करवून घेते. कठीण कार्यंदेखील सहज शक्य होतात ती भक्तीमुळेच! याच भक्तीमुळे येशू आनंदाने सुळावर चढले. मीरेने विषाचा प्याला ओठांना लावला तो कृष्णभक्तीमुळेच. भगवान बुद्ध आणि महावीरांनी सत्यतृष्णेसाठी महालाचा आणि राजसुखाचा त्याग केला. अर्थात ते शिडीच्या पुढे निघून गेले.

खऱ्या समर्पित भक्तीमध्ये भक्ताचं हेच जीवनसूत्र असतं – 'तुझी इच्छा, तीच माझी इच्छा'. तो फक्त इतकंच गुणगुणतो, 'तुझ्या फुलांवरही प्रेम, तुझ्या काट्यांवरही प्रीत, तुला हवं ते दे, सर्व स्वीकार ही आमची रीत' तो तर, 'स्वीकार करा, क्षमा करा आणि जाऊ दे.' याच मंत्रांचा जप करतो आणि तो कृतीमध्ये म्हणजे प्रत्यक्षातही उतरवतो.

वृत्तींचा सामना करण्याची ताकद तुमच्या भक्तीत नाही, असं वाटत असेल तर यासाठी इकाईला प्रार्थना करा –

'माझ्या ज्या वृत्ती, आकर्षण आणि कर्मबंधनं यांमुळे
भक्ती वृद्धिंगत होत नाहीये, त्यासाठी मला कृपया क्षमा करा.
माझ्या अंतर्यामी भक्तीच्या मार्गात अडथळा बनेल,
असं जे काही आहे ते दूर करा. माझा इन-साफ करा
आणि माझ्या भक्तीला शक्तीची जोड द्या, त्यामध्ये वृद्धी करा.
धन्यवाद... धन्यवाद... धन्यवाद...'

क्षमा ते मोक्षमापर्यंत

क्षमा साधनेचा खरा उद्देश तुम्हाला मोक्षापर्यंत पोहोचवणं, हा आहे. ही क्षमा नसून मोक्षमा साधना आहे. म्हणजे क्षमेद्वारे मोक्ष मिळवणं. साप आणि शिडी दोन्हींपासून मुक्ती. ही बाब तुमच्या लक्षात असेल, तर तुम्ही सावधानतेने पुढे पाऊल टाकाल. तुमचं ध्येय साप-शिडी (सुख-दुःख, मान-अपमान, कोलाहल-शांतता, जीवन-मृत्यू) या दोहोंपलीकडे जाण्याचं आहे. तेव्हा क्षमा साधनेमुळे आता तुम्ही शिडीदेखील सोडायची आहे. शिडी आली तरीदेखील क्षमा साधना करायची आहे. साधूच्या उदाहरणाद्वारे तुम्ही जाणलं, की कचरा कशा प्रकारे कचोरीमध्ये बदलला. परंतु साधू कचोरीतही अडकला नाही, तो तिथूनही पुढे गेला. हीच कला तुम्हालादेखील शिकायची आहे. आता मोक्षमा साधना कशी असते, हे जाणून घेऊ या.

कर्मबंधन नव्हे, कर्मबंधन बनवणाराच गायब व्हावा

क्षमा ते मोक्षमा साधना तेव्हा होते जेव्हा कर्मबंधन नव्हे, तर तो बनवणाराच गायब होतो, नष्ट होतो. ज्याला गायब करायचंय तो कर्मबंधनं तयार करणारा कोण? हा आहे मनुष्याच्या शरीरात फणा काढून बसलेला अहंकार... व्यक्तिगत मी... जो स्वतःला इतरांपेक्षा वेगळा मानतो. हाच आहे खरा अपराधी जो कर्मबंधनं तयार करतो. अन्यथा शरीर जड आहे आणि त्यामध्ये जी जिवंत बाब आहे ती म्हणजे चेतना, तोच आहे युनिव्हर्सल सेल्फ. शरीर कर्मबंधनं तयार करू शकत नाही आणि सेल्फ तर कर्मबंधनांच्या पलीकडे आहे. शरीर आणि सेल्फ यांच्या मध्ये जो आहे तो 'मी'चा भाव आणि हाच कर्मबंधनं बनवतो.

या 'मी'वरच जेव्हा आघात होतो, तो जखमी होतो, तेव्हा म्हणतो, 'मी तुला सोडणार नाही...' आणि अशाप्रकारे कर्मरेषा बनते. या 'मी'ला दुःख होताच तो म्हणतो, 'देवा त्याचं वाईट कर...' आणि लगेच कर्मबंधन तयार होतं.

माणसाच्या हातून जेव्हा एखादं चांगलं काम घडतं, तेव्हा तो असाच विचार करतो, 'कुणी तरी माझं कौतुक करावं... माझा मोठेपणा मान्य करावा...' मात्र एखाद्यासाठी क्षमा प्रार्थना करतो, तेव्हा त्याला वाटतं, 'माझ्यामुळेच त्याची कर्मबंधनं नाहीशी होत आहेत आणि हे त्याला समजायला हवं.' एखाद्याची मदत करतो तेव्हा तो गर्वाने फुलतो आणि म्हणतो, 'बघितलं माझ्यामुळे त्याचं किती चांगलं झालं...'

सत्त्वगुणी माणूस समाजसेवा म्हणून गरिबांना अन्न, कपडे यांसारख्या गोष्टी वाटतो. भंडारा, लंगर, धर्मशाळा चालवणं, दान देणं यांसारखी कार्यं करतो. भक्ती, धार्मिक

उपासना, लोकांसाठी प्रार्थनाही तो करतो. यामुळे समाजात त्याला प्रतिष्ठा, मान-सन्मान रूपी शिड्या बहाल केल्या जातात. मग त्याला 'धर्मात्मा' 'पुण्यात्मा' यांसारखी संबोधनं लागतात. पण त्याला जर संपूर्ण समज नसेल, तर अशा मान-सन्मानाने त्याचा अहंकार वाढतो. त्याचा 'मी' पुष्ट होतो. या सगळ्या गोष्टींमुळे तो अंतर्यामी असलेल्या ईश्वराला, सेल्फला आनंदाने सोन्याचा साखळदंड घालतो.

तुमच्या आतमध्ये असलेल्या कर्मबंधनांच्या लडी बनवणाऱ्या या मशीनलाच नष्ट करायचं आहे. हे कसं करता येईल? यासाठी एकमात्र परमसत्य सतत लक्षात ठेवा. पुढील वाक्य वारंवार उच्चारा, 'तुम्ही पर्सनल आय नसून (व्यक्तिगत मी नसून) युनिव्हर्सल सेल्फ आहात. 'व्यक्तिगत मी' केवळ भ्रम आहे, देखावा आहे, जो खरा भासतो परंतु तो वास्तवात खरा नाही. तुमच्या शरीराकडून जी अभिव्यक्ती होत असते, ती युनिव्हर्सल सेल्फकडूनच! तोच आहे साप, शिडी, फासा, प्रत्येक चाल खेळताना बॅकग्राउंडला उपस्थित असणारा व्हाइट बोर्ड. तोच खेळ आहे, त्याच्यावरच सगळा खेळ चाललाय आणि खेळियाही तोच आहे.'

या परम सत्याची आठवण ठेवल्याने आणि ते प्रत्यक्षात उतरवल्याने तुम्ही सत्त्वगुणाच्याही पलीकडे, गुणातीत अवस्थेत पोहोचाल. जिथे मनुष्य शरीराच्या सत्, रज, तम गुणांच्या बंधनाने बांधलेला नसतो. आवश्यकतेनुसार तो त्या गुणांचा उपयोग करतोही. पण नंतर त्यांच्यापासून सहजपणे बाजूलाही होतो. अर्थात त्याला त्या गुणांबरोबर कोणत्याही प्रकारचा मोह किंवा आसक्ती शिल्लक राहत नाही. तो तिन्ही अवस्थांपासून मुक्त होतो, त्याचबरोबर कर्ताभाव असणाऱ्या (हे मी केलं या) अहंकारातूनही मुक्त होतो. कारण या शरीरातून वास्तविक कोण कार्य करतंय ही समज त्याला असते. या समजेसह केलेल्या कर्माला 'अकर्ता भाव, साक्षी भाव किंवा अकर्म अवस्था' असंही म्हटलं गेलंय. यालाच तिन्ही गुणांच्या पलीकडची 'गुणातीत' अवस्था संबोधतात. गुणातीत शरीरात सेल्फ भक्ती आणि समजेसह जोडलेला असतो. त्यांच्याद्वारे तो आपला अनुभव करू शकतो... आपली अभिव्यक्ती करू शकतो.

'मी' च्या कर्मबंधनांकरिता क्षमा प्रार्थना

काहीही करताना तुमच्या आतमध्ये 'मी केलं' हे भाव येतील, तेव्हा ताबडतोब इकाईला क्षमा मागा.

'या शरीराच्या माध्यमातून जे काही घडतंय,

ते तुझ्याकडूनच होत आहे. तूच एकमात्र कर्ता आहेस.

हे शरीर अज्ञानात, बेहोशीत स्वतःला कर्ता मानून बसलंय,
यासाठी याला माफ करा. याच्या सगळ्या 'मी'ची कर्मबंधनं नाहीशी करा.
याचा 'मी' भाव नष्ट करा. याचा इन-साफ करा.
याला रिक्त करा, तुमच्या अभिव्यक्तीकरता तयार करा,
या शरीराच्या माध्यमातून केवळ तुमचीच अभिव्यक्ती घडावी,
अहंकाराची नव्हे
तुझी इच्छा, तीच याचीही इच्छा.
धन्यवाद... धन्यवाद... धन्यवाद...'

जगामध्ये प्रत्येकाला काही ना काही बनायचंय आणि ही प्रक्रिया सतत सुरूच आहे. जसं प्रमोशन झालं, पोस्ट वाढली आणि तुम्ही मॅनेजर बनला... तुम्हाला मुलगा झाला... तुम्ही पिता बनलात... नातवंड झालं आणि तुम्ही आजी, आजोबा बनलात... इंजिनिअर झालात... लीडर बनलात... अशा प्रकारे काही बनण्याची वार्ता मिळते तेव्हा काय होतं? आनंदाच्या भरात मनुष्याला त्याच्या मूळ रूपाचं (सेल्फचं) वास्तवात तो जो आहे, त्याचं विस्मरण घडतं. पण त्याला त्यापेक्षा जास्त बनवताही येत नाही किंवा घटवताही येणार नाही. 'तो आहे', त्याची निर्मिती झालेली नाही.

त्यामुळे आयुष्यात जेव्हा तुमचा अहंकार तुमच्यावर मात करण्याचा प्रयत्न करेल, स्वतःला इतरांपेक्षा श्रेष्ठ किंवा उच्च समजेल, तेव्हा स्वतःला सांगा, की 'फक्त तू आहेस आणि पूर्ण आहेस. तुला तयार करता येत नाही, घटवता येत नाही, तुझ्यात वाढही करता येत नाही. मनामध्ये काही बनण्याचा, श्रेष्ठ होण्याचा जो भाव जागृत झालाय, त्यासाठी क्षमा प्रार्थना कर.' त्याचबरोबर या गोष्टीचीही आठवण करून द्या –

'हे शरीर आपलं वास्तव विसरून,
काही बनण्याच्या शर्यतीत अडकलं होतं.
या गुंतण्यामागे जे अज्ञान आहे, बेहोशी आहे,
यासाठी याला मला माफ करा.
याची सगळी 'मी'ची कर्मबंधनं नाहीशी करा.
याचा बनण्याचा भाव नाहीसा करा, याचा इन-साफ करा.
याला रिक्त करा, आपल्या अभिव्यक्तीसाठी तयार करा.

याच्या माध्यमातून केवळ तुमचीच अभिव्यक्ती घडावी, अहंकाराची नाही.

तुझी इच्छा, तीच याचीही इच्छा.

धन्यवाद... धन्यवाद... धन्यवाद...'

खेळाच्या भावनेपासून तटस्थ राहून जीवन जगा

या पुस्तकात तुम्ही साप-शिडीच्या खेळाच्या माध्यमातून जीवनाची सूत्रं समजून घेतली. मनुष्य खेळ का खेळतो? आनंद आणि आत्मप्रेमासाठी. इकाईनेदेखील या जगाची निर्मिती आनंद आणि प्रेमासाठी केली आणि स्वतःच खेळाडू बनला. अर्थात खेळदेखील तोच आणि खेळणाराही तोच. जो खेळाडू हा खेळ खिलाडूपणे खेळतोय, ज्याला खेळाचा उद्देश लक्षात आहे, तो खेळाचा आनंद घेईल. साप किंवा शिडीमध्ये अडकणार नाही. प्रत्येक फासा मग तो आपला असो किंवा दुसऱ्या खेळाडूचा, त्याच्याकडे तटस्थ भावनेने बघेल. जे घडतंय ते घडू देईल, प्रवाही होऊ देईल. ज्याला ठामपणे माहितीय, की खेळामध्ये दुसरा कुणीही नाहीच, तो खेळाकडे गंभीरपणे पाहणार नाही. तो आपल्या जीवन-मरणाला प्रश्न बनवणार नाही.

या खेळात तुम्हाला हाच खिलाडूपणा शिकायचा आहे. कृष्ण-चेतनेसह काम करायचं आहे. कृष्ण तटस्थपणे जीवन जगला. त्याने मथुरेतील गोप-गोपींबरोबर नृत्य केलं आणि भयंकर नागाच्या फण्यावरही. सापाच्या डोक्यालाच त्याने नृत्यमंच बनवला. अर्थात साप असो किंवा शिडी, प्रत्येक परिस्थितीत नृत्य व्हावं, आनंदाची अभिव्यक्ती घडावी. कारण हा केवळ जीवनरूपी खेळ सुरू आहे, ज्यात ना काही हारलं जातं, ना जिंकलं जातं.

जो खेळाडू हे विसरून खेळाबाबत गंभीर बनतो, स्वतःची जीत आणि दुसऱ्यांची हार इच्छितो, तो साप-शिडीच्या खेळात फसून, खेळाचा आनंद गमावतो. प्रस्तुत पुस्तकाच्या माध्यमातून जीवनाच्या खेळाची सगळी रहस्यं तुमच्यासमोर उलगडली आहेत; साप आणि शिडी नष्ट करण्याच्या पद्धतीही सांगितल्या. आता खेळ कसा खेळायचा, आनंदी राहून की रडतखडत, कर्मफळांना दोष देत की दुःखी राहून हा निर्णय सर्वस्वी तुमचा आहे.

खंड - ६

कर्मबंधनांपासून सुरक्षित क्षेत्र

अध्याय २४

निःस्वार्थ कर्म जीवन

सुरक्षित त्रिकोणाचा कोन

तुम्ही रामायणातील सीता-हरणाचा प्रसंग ऐकलाच असेल. त्या प्रसंगामध्ये लक्ष्मण सीतेला कोणत्याही बाह्य धोक्यांपासून सुरक्षित राहण्यासाठी लक्ष्मण रेषा आखून एक सुरक्षित क्षेत्र तयार करून देतो. या संरक्षण क्षेत्राच्या आतमध्ये एवढी प्रचंड शक्ती होती, की कोणतीही बाह्य आसुरी शक्ती त्या रेषेच्या आत प्रवेश करू शकत नव्हती. त्या विशिष्ट मर्यादित क्षेत्राच्या आत सीता संपूर्णतः सुरक्षित होती. मग आता प्रश्न हा आहे, की आपणदेखील स्वतःसाठी कर्मबंधनांच्या जंजाळातून मुक्त ठेवेल अशा एखाद्या सुरक्षा क्षेत्राची निर्मिती करू शकतो का? ज्याच्या आतमध्ये राहून मनुष्याकडून कोणतीही नवीन कर्मबंधनं बांधली जाणार नाहीत आणि जुनी नष्टही होतील.

होय, असं सुरक्षित क्षेत्र निश्चितच आहे आणि ते म्हणजे 'श्रवण, सेवा आणि भक्ती' यांचा त्रिकोण. मनुष्याने आपलं जीवन या त्रिकोणाच्या आतच राहून जगायचं ठरवलं, तर तो कर्मबंधनांपासून केवळ मुक्तच होणार नाही, तर आपल्या जीवनाचा सर्वोच्च उद्देश - स्वानुभवदेखील (स्वतःची ओळखदेखील) प्राप्त करेल.

कर्माचं बदलेलं रूप

कर्म केल्याशिवाय मनुष्य क्षणभरही राहू शकत नाही. त्याच्या शरीराद्वारे, विचारांद्वारे सतत कोणती ना कोणती क्रिया घडतच असते. (विचार करणं हेदेखील कर्मच आहे.) त्या क्रियेमुळे एखाद्याचा लाभ झाला, तर त्याला 'सेवा' म्हणतात. स्वार्थाच्या जाळ्यातून बाहेर पडून लोककल्याणार्थ कर्म घडतं, तेव्हा ते कर्म सेवेचं रूप धारण करतं. अर्थात आपल्याकडून जेव्हा निष्काम कर्म घडतं तेव्हा, प्रत्यक्षात ती सेवाच असते.

तुम्ही एखाद्या सेवेशी संलग्न असाल, तर सेवाकर्माची सुरुवात कोणत्या भावनेने होतेय, हे नेहमी पाहा. यापूर्वी तुम्ही वाचलंदेखील आहे, की कर्मबंधनं कर्माच्या भावनेतून तयार होतात, बाह्य क्रियांमुळे नाही. तुमची सगळी कार्यं ही सेवा भावातूनच असावीत. त्याच्या फळाबाबत तुम्हाला आसक्ती नसावी. शिवाय कर्म कोण आणि का करतोय, ही समजही असेल, तर ती सेवारूपी कर्मं करताना तुम्ही कर्मबंधनांची निर्मिती करत नाही.

प्रत्येक कर्मासोबत सेवेची समज जोडा

या जगामध्ये मनुष्याबरोबरच अगणित जीवदेखील आहेत. प्रत्येक जण आपापल्या बुद्धीनुसार कर्म करत आहे. विश्वाचं चक्र हेलिकॉप्टर व्ह्यूने (विस्तृत दृष्टिकोनाने) बघितलं तर सगळीच कर्मं कोणत्या ना कोणत्या रूपात सेवाच आहेत. हे संपूर्ण जग ज्या शक्तीमुळे कार्यरत आहे, तीच शक्ती प्रत्येक शरीरात एक विचार देऊन कर्मं करवून घेते. ती सगळी कर्मं एकत्रितपणे या सृष्टीला पुढे नेत आहेत. याचा अर्थ प्रत्येक जीवाकडून केलेलं कर्म हे त्या परमशक्तीच्या सेवेमध्येच केलेलं कर्म आहे, जे वैश्विक कथा पुढे नेत आहे.

विनाश आणि निर्माण या दोन्हीही कार्यांमध्ये सेवाच आहे. विनाशाचं कार्यदेखील तितकंच आवश्यक आहे, जितकं निर्माणाचं. जुन्या विनाशानंतर नव्याचं आगमन होतं. नवनिर्माणाआधी जुनं नष्ट व्हावं लागतं. विनाश वाईट आणि निर्माण चांगलं, ही मनाची भाषा आहे. याच मनाला सेवेचं ज्ञान मिळालं, तर ते नेहमी प्रसन्न राहतं. सेवेचा आनंद घेऊ शकतं आणि देऊही शकतं.

प्रत्यक्षात, प्रत्येक जीव रात्रंदिवस सेवेमध्येच मग्न आहे. फरक मात्र समजेचा, प्रज्ञेचा आहे. सेवेच्या मागे प्रगल्भ समज नसेल, तर सेवादेखील व्यक्तिगत कर्म बनते आणि कर्मबंधनं तयार करते. पण समज असेल तर व्यक्तिगत कर्मदेखील सेवा बनतं. जसं, एक शेठ गरिबांना दान देतो. तसं पाहिल्यास ही सेवा आहे परंतु त्याचे भाव असे

आहेत, की जगाने त्याच्या दानधर्माची चर्चा करावी, त्याचं नाव पेपरमध्ये छापून यावं, त्याच्या प्रसिद्धीत भर पडावी. अशा प्रकारे त्याने सेवेलादेखील व्यक्तिगत कर्म बनवलं आणि स्वतःसाठी कर्मबंधन तयार केलं.

दुसरीकडे एक आचारी पगार घेऊन स्वयंपाक करतो. परंतु स्वयंपाक तयार करताना आपल्याला कुणाचं तरी पोट भरण्याची संधी मिळाली यासाठी तो ईश्वराला धन्यवाद देतो. आपल्या हातून बनलेल्या पदार्थांमुळे सगळ्यांना तृप्ती लाभावी, स्वास्थ्य मिळावं, सगळ्यांना माझ्या हातचं जेवण आवडावं, असे त्याचे भाव असतात. अशा प्रकारे त्याने आपल्या कर्मांमागच्या शुद्ध भावनेच्या जोरावर नोकरीलादेखील सेवा बनवलं.

कर्माला निःस्वार्थ सेवा बनवण्यासाठी काहीही करावं लागत नाही. तुमचं प्रत्येक कर्म सेवा बनू शकतं, आवश्यकता आहे ती केवळ समजेची, जाणिवेची. आपण जे कर्म करत असतो, ते तर आपल्याला करायचंच आहे. मात्र त्याला समजेची जोड दिली, तर ते कर्म सेवेचं रूप धारण करून तुमचं जीवन निःस्वार्थ बनू शकतं.

निःस्वार्थ जीवनाचे लाभ

निःस्वार्थ जीवनाबाबत सामान्यतः हेच मत असतं, की अशा प्रकारच्या जीवनात माणसाला स्वतःला खूप कष्ट झेलावे लागतात, दुःखं भोगावी लागतात, तो काम तर करतो परंतु त्याच्या कर्मांचा फायदा इतर लोक घेतात, तो स्वतः नाही. प्रत्यक्षात हे सत्य नाही. ज्या माणसाने निःस्वार्थ जीवनाचा योग्य अर्थ जाणून ते अंगीकारलं, तर त्यापेक्षा सुखी माणूस जगामध्ये कुणीही नसेल. इतरांसाठी काहीतरी करणं म्हणजे निःस्वार्थ आयुष्य जगणं, असा याचा अर्थ होत नाही; तर निःस्वार्थ भावना ठेवल्याने इतरांपेक्षा तुमचंच कित्येक पटींने भलं होतं. ते कसं हे आता आपण जाणूया.

मनुष्य व्यक्तिगत इच्छा किंवा ध्येय ठेवतो, तेव्हा त्या इच्छांविषयी आसक्ती निर्माण होते आणि त्यामुळे तो मोहात अडकतो. आपल्या इच्छापूर्तीसाठी तो कधी कधी चुकीची कामंही करतो. ज्यामुळे त्याचे विचार आणि कर्मं दूषित होतात. त्या एका इच्छेपायी तो इतरांशी तुलना करतो. ज्यामुळे ईर्षा, तिरस्कार यांसारखे विकार निर्माण होतात. इच्छा पूर्ण झाली तर अहंकार वाढतो. एका इच्छेच्या पूर्ततेतून दुसरी... मग तिसरी... अशाप्रकारे एक एक करून इच्छा निर्माण होत राहतात. ज्यामुळे तो लोभी बनतो. इच्छा पूर्ण झाली नाही तर तो नैराश्य, बेचैनी आणि दुःख यांनी घेरला जातो.

या सर्वांची गोळाबेरीज मांडायची, तर व्यक्तिगत इच्छांमुळे विकार आणि अहंकार

वाढतो. तुमच्या इच्छा व्यक्तिगत नसून अव्यक्तिगत म्हणजे निःस्वार्थ असतील, तर या सगळ्या वाईट गोष्टींपासून तुम्ही वाचू शकाल. जी कार्य करायची आहेत ती तुम्ही कराल, परंतु त्याच्या फळाची आसक्ती ठेवणार नाही. निःस्वार्थ जीवन अशी भक्ती आहे, जी सर्व वाईटांपासून तुमचं संरक्षण करून तुम्हाला पवित्र आणि शुद्ध बनवते. तुम्ही जितकी सेवा करत जाल, तितके तुम्ही शुद्ध होत जाता.

हे जग सेल्फची लीला आहे, त्याची अभिव्यक्ती आहे. त्याच्या या अभिव्यक्तीत आपण आपलं कोणतं उत्तम योगदान देऊन त्याची सेवा करू शकतो, हा विचार करायला हवा. ईश्वराने प्रत्येक देहात काही ना काही वैशिष्ट्यं दिलंय. कुणी चांगला स्वयंपाक बनवू शकतं, तर कुणी गाणं गाऊ शकतं. एखाद्यामध्ये चांगल्या मॅनेजरचे गुण असतात. कुणी चांगलं लिहू शकतं आणि कुणी चांगलं वाचू शकतं. ज्याच्यामध्ये जे गुण आहेत, ते वृद्धिंगत करा आणि त्याच्याद्वारे ईश्वराच्या अभिव्यक्तीमध्ये तुमच्याकडून सर्वश्रेष्ठ निःस्वार्थ योगदान द्या.

आयुष्य निःस्वार्थ बनवण्याची कला

जगामध्ये असे अनेक महात्मे होऊन गेले ज्यांनी आपलं संपूर्ण आयुष्य लोककल्याणासाठी खर्च केलं. जसं, भगवान बुद्ध, संत ज्ञानेश्वर, कबीर, महात्मा गांधी, मदर तेरेसा... इत्यादी. इथे एखाद्याच्या मनात असा विचार येऊ शकतो, की ते तर महान दिव्य आत्मे होते. विशिष्ट असं अव्यक्तिगत लक्ष्य घेऊनच ते पृथ्वीवर जन्माला आले. लहानपणापासूनच ध्येयाला अनुकूल वातावरण त्यांना मिळालं, त्यानुसार ट्रेनिंग मिळालं. शिवाय त्यांच्यावर जबाबदाऱ्यांचं ओझंही नव्हतं. परंतु आमच्यासारख्या सामान्य लोकांनी इच्छा असूनही निःस्वार्थ आयुष्य जगायचं म्हटलं, तर ते कसं शक्य आहे? स्वतःमधील कलागुणांच्या आधारे सेवा केली तर कमवणार कधी... उपजीविकेचं काय? आमची नोकरी, व्यवसाय, घर-कुटुंब, मुलं या सगळ्यांचं काय होणार? इतक्या सगळ्या जबाबदाऱ्या सांभाळता सांभाळता माणसाला निःस्वार्थ आणि अव्यक्तिगत जीवन कसं बरं जगता येईल?

याचं उत्तर आहे – हे शक्य आहे. तमाम व्यावहारिक जबाबदाऱ्यांची पूर्तता करत, आपल्या प्रगतीचा विचार करूनही तुम्ही निःस्वार्थ आणि अव्यक्तिगत जीवन जगू शकता. फक्त त्या कार्यामागचा 'भाव' हा निःस्वार्थ असायला हवा. यासाठी तुम्हाला तुमच्या कर्मामागच्या किंवा ध्येयामागे असलेल्या भावनेत बदल घडवायचा आहे, त्याच्याकडे पाहण्याचा दृष्टिकोन बदलायचा आहे इतकंच. कर्म किंवा ध्येय न बदलता केवळ त्यामागे

असलेली भावना बदलल्याने, ती व्यक्तिगतपासून अव्यक्तिगत कर्म (सेवा) बनू शकते.

हे सविस्तर जाणण्यासाठी प्रथम व्यक्तिगत आणि अव्यक्तिगत ध्येय म्हणजे काय हे जाणून घेऊया.

व्यक्तिगत ध्येय

आपलं समाधान आणि लाभ यासाठी असणारं ध्येय हे व्यक्तिगत (पर्सनल) ध्येय म्हणून ओळखलं जातं. अशा ध्येयाविषयी काही सांगताना किंवा विचार करताना नेहमी, 'मी, माझं, मला' यांसारख्या आत्मकेंद्रित शब्दांपासूनच सुरुवात होते. जसं, माझं हे ध्येय पूर्ण झालं तर माझं जीवन सफल होईल... माझं आयुष्य घडेल... मलादेखील सगळे यशस्वी म्हणून ओळखतील... हे प्राप्त केल्यानंतरच मला शांतता लाभेल... माझे सगळे ताणतणाव आणि दुःख नाहीसं होईल... इत्यादी. तुमचे विचारही इथपर्यंतच मर्यादित असतील तर याचा अर्थ, तुमचं ध्येय व्यक्तिगत ध्येय आहे. उदाहरणार्थ -

- विद्यार्थ्याचं ध्येय आहे - मला चांगल्या इंजिनिअरिंग कॉलेजमध्ये प्रवेश मिळावा.
- इंजिनिअरिंग कॉलेजमध्ये शिकणाऱ्या विद्यार्थ्याचं ध्येय असतं - शिक्षण पूर्ण झाल्यावर मला एखाद्या चांगल्या कंपनीत नोकरी मिळाली, तर माझं लाइफ सेटल होईल.
- चांगल्या कंपनीत काम करणाऱ्या माणसाचं ध्येय असतं - लवकरात लवकर प्रमोशन मिळून मला वरचा हुद्दा मिळावा. मग माझा पगार, सुखसुविधा, मान-सन्मान वाढेल.
- उच्च पदावर काम करणाऱ्या माणसाचं उद्दिष्ट असतं - मला एक कंपनी सुरू करायचीय. तिथे मी मालक म्हणून काम करेन, नोकर म्हणून नाही.

अशा प्रकारे प्रत्येकानेच आपल्या व्यक्तिगत ध्येयांसाठी युद्ध छेडलंय. एक ध्येय पूर्ण झालं, की ताबडतोब दुसरं ध्येय घेऊन तो लढण्यासाठी सज्ज होतो.

अव्यक्तिगत ध्येय

मनुष्याने ठरवलेल्या कोणत्याही व्यक्तिगत ध्येयामागे त्याचा कोणता ना कोणता व्यक्तिगत स्वार्थपूर्ण उद्देश असतो. त्यात तो केवळ स्वतःचा फायदाच पाहतो. परंतु आपलं ध्येय पूर्ण व्हावं असं अव्यक्तिगत (इम्पर्सनल) ध्येय ठेवणाऱ्या माणसाची इच्छा असते. त्याचबरोबर इतरांचाही लाभ व्हावा, सर्वांचं मंगल व्हावं.

एका उदाहरणाद्वारे ही गोष्ट सविस्तरपणे समजून घेऊया. समजा, दोन निर्माते चित्रपट बनवत आहेत. पहिला निर्माता मसाला चित्रपट बनवतो. तो विचार करतो, की त्याचा चित्रपट अधिकाधिक लोकांनी पाहावा जेणेकरून त्याचा जास्त फायदा होईल. दुसऱ्या निर्मात्याचा चित्रपट उच्च जीवनमूल्यांवर आधारित असतो. त्याचीदेखील इच्छा असते, की अधिकाधिक लोकांनी त्याचा चित्रपट पाहावा. ज्यामुळे त्यांच्या आयुष्यात नैतिक मूल्य उतरतील आणि ते प्रेम, आनंद व सौहार्दपूर्ण आयुष्य जगण्याची कला शिकतील. अशा प्रकारे दोन्ही निर्माते चित्रपट निर्मितीचं कार्य करत असतात. परंतु पहिल्याचं ध्येय व्यक्तिगत आहे तर दुसऱ्याचं अव्यक्तिगत. अशा प्रकारे दुसरा निर्माता आपलं कार्य करत असताना निःस्वार्थ जीवनाची अभिव्यक्तीही करत असतो.

तात्पर्य – दैनंदिन कार्य करता करता तुम्ही निःस्वार्थ आणि यशस्वी आयुष्य जगू शकता. यासाठी कार्य करताना तुम्ही स्वतःला विचारा, 'मी माझं काम अव्यक्तिगत कसं बनवू शकतो?' अशावेळी संकुचित विचार करू नका, की सर्व नफा मलाच मिळायला हवा. आपल्या कार्याला नेहमी रचनात्मकतेची जोड देत राहा.

एका तत्त्ववेत्त्याने सांगितलं होतं, 'आयुष्यातील सर्वांत सुंदर नियमांपैकी एक नियम असा आहे, एखादा माणूस जेव्हा खरोखरच कुणाचीही मदत करतो, तेव्हा त्याच्या गरजेच्या वेळी मदत ही मिळतेच. साहाय्य मिळालं नाही, असं कधीही घडत नाही.' जी माणसं इतरांवर इलाज करतात ते स्वतः बरे होतात. जी माणसं आपल्या संपत्तीमधला काही भाग दान म्हणून देतात त्यांना निसर्ग मुक्तहस्ते दौलत देतो. लोकांची चेतना वाढवण्याचा प्रयत्न तुम्ही करता त्यावेळी तुमची चेतना आपोआपच उच्च होते. यासाठी उदार अंतःकरणाने निःस्वार्थ जीवनाची सुरुवात करा, जेणेकरून इतरांचं भलं तर होईलच. शिवाय तुमचंही भलं होईल. कर्मबंधनांपासून तुमचा बचावही होईल, हे वेगळंच.

अध्याय २५

मार्गदर्शनातून समज प्राप्ती

समजेचा नकाशा

आपलं कर्म सेवा बनण्यासाठी आणि कर्मबंधनांपासून सुरक्षित राहण्यासाठी माणसाला सत्याची योग्य समज असणं सर्वांत आवश्यक आहे. त्यासाठी कर्म आणि कर्मबंधनाच्या सिद्धान्तांची संपूर्ण माहिती आपल्याला असायला हवी. ही समज जीवनात उतरवल्यावर तो कर्मबंधनांपासून सुरक्षित राहू शकतो. परंतु त्याला योग्य समज कशी मिळणार हा मुख्य प्रश्न आहे. कारण जगामध्ये अध्यात्माच्या नावाखाली जे सांगितलं जातंय ते खिचडी ज्ञान बनलंय. धार्मिक पुस्तकं, इंटरनेट, ऐकीव माहिती यांच्या आधारे लोक असं ज्ञान मिळवतात आणि योग्य मार्गावर चालण्याऐवजी भलतीकडेच भरकटतात.

  हजारो वर्षांपासून मनुष्याचा आध्यात्मिक शोध सुरू आहे. 'मी कोण आहे, ईश्वर कोण आहे, जगाची निर्मिती कुणी केली, का केली, संपूर्ण विश्व कोणत्या नियमांनी सुरू आहे, जगामध्ये माझं अस्तित्व काय, कर्म म्हणजे काय, भाग्य कशाला म्हणायचं...' या आणि अशा न सुटणाऱ्या प्रश्नांची उकल त्याला होतच नाही. मात्र, काही संतांनी, योगीजनांनी ध्यान, योग, भक्ती इत्यादी मार्गांवरून वाटचाल करत या प्रश्नांची उत्तरं अनुभवाने मिळवली. शिवाय अध्यात्मातल्या गुंतागुंतीची उकल साधकांना सहजपणे व्हावी, त्यांची आध्यात्मिक वाटचाल सोपी व्हावी यासाठी अनुभवाने प्राप्त केलेलं हे ज्ञान त्यांनी लिखित रूपात त्यांच्यापर्यंत पोहोचवलं. वेद, पुराण, उपनिषद, कुराण, बायबल, गुरुग्रंथ साहेब इत्यादी धार्मिक ग्रंथांमध्ये अध्यात्माची गहन शिकवण दिली आहे.

प्राचीन धर्मग्रंथांमधून जी शिकवण, ज्ञान देण्यात आलं ते त्या काळातील लोकभाषेनुसार आणि आवश्यकतेनुसार मांडलं गेलं. आजच्या काळातील माणूस जेव्हा ते वाचतो, तेव्हा आपापल्या समजेनुसार, प्रज्ञेनुसार आणि चेतनेनुसार त्याचे वेगवेगळे अर्थ काढतो. त्यामुळे खऱ्या अर्थाचा अनर्थ होतो. इतकंच नव्हे, मूळ ज्ञानात आपल्या गरजेनुसार आणि सोयीप्रमाणे बदल घडवून त्याची नवीन संकल्पना बनवतो. मग ते भेसळयुक्त ज्ञानच तो इतरांना देऊ लागतो, ज्यामुळे त्याचंही नुकसान होतं आणि इतरांचंही.

एखाद्या मनुष्याकडे जेव्हा कुणी लक्ष देत नाही, तेव्हा तो सगळ्या प्रकारची भावनिक नाटकं (इमोशनल ड्रामा) करत राहतो. अगदी आत्महत्येपर्यंत (शरीर हत्येपर्यंत). घरातील मुलं जेव्हा त्यांच्या मनासारखं काही घडत नाही, तेव्हा शरीरहत्या करण्याची धमकी देतात. घरातले त्याला खूप समजावून सांगतात आणि शरीरहत्या करण्यापासून रोखतात. त्यावेळी सगळेजण एकत्र आल्याने त्या मुलाला ध्यान मिळतं. त्याला ध्यान मिळूनही आपल्या वागण्यात तो काहीच बदल करत नाही. खरंतर तो स्वतःसाठी कशा प्रकारची बंधनं तयार करत आहे, हे त्या मुलाला ठाऊक नसतं. त्यावेळी त्याला तात्पुरता फायदा दिसेल. आता त्याच्याकडे सर्व लोक ध्यान देतात, म्हणजे त्याला जे हवंय, ते मिळतंय. पण त्याला माहिती नाही, की भविष्यात हीच गोष्ट त्याच्या ध्येयपूर्तीत बाधा बनणार आहे. तसं पाहिलं तर मनुष्याचं ध्येय व्यापक आणि विस्तृत असतं. परंतु समज नसल्याने तो आपल्या नाटकांमध्ये, वृत्तींमध्ये अडकतो. परंतु गुरू भेटल्यानंतर ते या सर्व गोष्टी प्रकाशात आणतात. ज्यायोगे मनुष्य सत्यप्राप्तीचा नवीन नकाशा प्राप्त करून, या कर्मबंधनांच्या जाळ्यातून मुक्त होतो.

अध्याय २६

अति मंद - अति तीव्र बंधन

कर्मबंधन निर्माणापासून बचाव

कर्म आणि कर्मबंधनांचं विज्ञान अत्यंत क्लिष्ट आहे. याचा खोलवर विचार केला, तर मनुष्य अडचणींच्या सागरात बुडण्याची शक्यता आहे. त्यामुळे गुरू आपल्या शिष्यांना त्याच गोष्टींचं ज्ञान देतात, ज्या त्याच्या विकासासाठी आवश्यक आहेत. गुरू जटिल विषय सहज आणि सोपे करून सांगतात. ते शिष्याला अशा काही आज्ञा देतात ज्यांचं पालन करून शिष्य कर्मबंधनांपासून वाचू शकतात.

लोक भगवान बुद्धांनादेखील अध्यात्मासंबंधी अनेक प्रश्न विचारत. उदाहरणार्थ, मृत्यूनंतर आत्मा कुठे जातो? स्वर्ग कसा असतो? परमात्मा कसा दिसतो? इत्यादी. त्यावेळी ते शांत बसायचे किंवा आपल्या शिष्यांना एक पंक्ती सांगायचे, 'तथागताने ही बाब अव्यक्त ठेवली आहे.' एकदा भगवान बुद्धांनी जंगलात पडलेली काही पानं आपल्या मुठीत घेतली आणि ते आपल्या शिष्यांना म्हणाले, 'भिक्षु, माझ्या मुठीत जितकी पानं आहेत, त्यापेक्षा कितीतरी अधिक झाडावर आहेत. मी तुम्हाला तितकंच ज्ञान दिलं, जितकं आवश्यक आहे, जितकं माझ्या मुठीमध्ये आहे. यापेक्षा जास्त ज्ञान माझ्याकडे आहे परंतु तुमच्या मुक्तीसाठी ते गरजेचं नाही. तुम्ही केवळ याच सिद्धान्तांवर काम करत राहा आणि दुःखापासून मुक्त व्हा. बुद्धी विलास करणाऱ्या गोष्टींमध्ये अडकू नका. वेळेचा सदुपयोग करा. सम्यक स्मृती, सम्यक समाधीने सम्यक प्रज्ञा प्राप्त करा. यातूनच तुम्हाला निर्वाण पद प्राप्त होईल.'

त्यांच्या सांगण्याचं तात्पर्य होतं, इतर कोणत्याही गोष्टींमध्ये न अडकता तुम्हाला दिलेला उपदेश आयुष्यात उतरवला, तर तुमच्याकडून कर्मबंधन तयार होणार नाही. त्याचबरोबर तुम्ही तुमच्या जीवनाचं मूळ आणि अंतिम ध्येय 'स्वानुभव'देखील प्राप्त कराल.

जन्मतः जे मिळालंय त्याचा स्वीकार करा

तुम्हाला स्त्रीचं शरीर मिळालं असो किंवा पुरुषाचं, तुम्ही ते बदलू शकत नाही. ज्या कुटुंबात तुम्ही जन्म घेतलाय त्या कुटुंबाला, त्यातील सदस्यांना तुम्ही बदलू शकत नाही. तुमचे आई-वडिलही तेच राहतील. ते तुम्ही बदलू शकणार नाही. म्हणून तुम्हाला जसा परिवार, जसं शरीर मिळालंय तसा त्याचा स्वीकार करा. अस्वीकार केल्याने मन बडबड करू लागतं, ज्यामुळे कर्मबंधनं तयार होतात.

तीव्र वृत्तींना अति तीव्र कर्मांद्वारे दूर करा

आपल्या काही वृत्ती तीव्र असतात. तुमच्या काही तीव्र प्रवृत्ती दूर व्हाव्यात असं जर तुम्हाला वाटत असेल, तर त्या तुम्ही अति तीव्र कर्मांद्वारे मिटवू शकता. आता तुमच्या ज्या तीव्र प्रवृत्ती आहेत त्यामध्ये थोडं अधिक तीव्र कर्म करण्याची गरज आहे. इथे सर्वप्रथम आपल्याला विकास करायचाय ही गोष्ट स्वीकारायची आहे. त्यानंतरच आपण पुढे एखादं तीव्र कर्म करू शकतो. हे तीव्र कर्म आहे समज, आकलन वाढवण्याचं कर्म! जे सर्वांत महान कर्म आहे. यामुळे तुमच्या अति तीव्र प्रवृत्ती नष्ट होऊ शकतात. तुम्ही त्यांच्यामध्ये बदल घडवू शकता.

मंद प्रवृत्तींना मंद समजू नका

काही प्रवृत्ती अशा असतात ज्या लवकर लक्षात येत नाहीत. दररोज सातत्याने निरीक्षण करून अशा काही प्रवृत्ती लक्षात येऊ शकतात. या आपल्या मंद प्रवृत्ती आहेत, यामुळे काही विशेष नुकसान होणार नाही, असा विचार करू नका. छोटीशी गोष्टही तुमच्या ध्येयप्राप्तीमध्ये अडथळा बनू शकते. यामुळे जी प्रवृत्ती तुमच्या ध्येयामध्ये बाधा बनते त्यातून मुक्त व्हा.

अति मंद प्रवृत्ती प्रकाशात आणा

या प्रवृत्ती अत्यंत मंद असतात. आपल्या आयुष्यात काही गोष्टी वारंवार घडतात. ज्या माणसाला विचार करायला भाग पाडतात, माझ्याच बाबतीत असं का? तुमच्या

बाबतीत ठरावीक घटना वारंवार घडण्याला सर्वस्वी तुम्ही स्वतःच जबाबदार असता. म्हणून तुम्ही आत्मपरीक्षण करा. नंतर त्या घटनेचं निरीक्षण करा. त्यावर मनन करा. अशा घटना लिहून ठेवा. मनन केल्यानंतर ज्या गोष्टी समोर येतील, त्यादेखील लिहून ठेवा. यानंतर तुमच्या लक्षात येईल, की आयुष्यात ज्या घटना वारंवार घडत आहेत किंवा तुम्हाला त्रासदायक ठरत आहेत त्यामागे ही प्रवृत्ती काम करत आहे. एकदा ती प्रवृत्ती प्रकाशात आली, तर लगेच समाप्त होईल.

प्रत्येक वृत्तीपासून बचाव करण्यासाठी प्रार्थना करा

प्रार्थनेचं कर्म आपल्याला सेल्फशी जोडतं. प्रार्थनेमध्ये कृपा प्राप्त करण्याची शक्ती आहे, म्हणून प्रार्थना करायला हवी. जेव्हा संभ्रमित अवस्था असेल, तेव्हा निरंतर प्रार्थना करा. एखादी प्रवृत्ती (भीती, लोभ किंवा वासना) तुमच्यावर मात करत असेल, तेव्हा ती धूसर होण्यासाठी प्रार्थना करत राहा.

उफाळून आलेल्या प्रवृत्तीचा परिणाम कमी व्हावा यासाठी पूर्वीच्या काळी लोक मंत्रांचा जप करत. प्रार्थना आणि मंत्रोच्चाराचं कर्म तुम्हाला सजग करतं. प्रेम आणि भक्ती यांच्या साहाय्याने आपण प्रत्येक जुनं कर्मबंधन भोगून नवीन प्रतिक्रियामुक्त कर्म करू शकतो.

पाप लपवू नका, पुण्य सांगू नका

पाप किंवा पुण्य प्रकट झाल्याने त्याच्या फळाचा परिणाम कमी होतो, बंधन सैल होतं. यामुळे चांगली कर्मं करून ज्यांना कौतुकाची अपेक्षा असते, ते आपला अहंकार पुष्ट करतात. म्हणून त्यांच्या कार्याच्या फळाचा परिणामदेखील कमी होतो. अशाप्रकारे सेवेच्या फळाचा परिणाम कमी झाल्याने सेवेमध्ये मिळणारं महाफळदेखील नष्ट होतं. त्यामुळे जेव्हा चांगलं कर्म कराल, तेव्हा त्याची सगळीकडे चर्चा करू नका. याउलट वाईट कर्म करण्याचा विचार जरी मनात आला तरी तो स्वतःपासून आणि आपल्या गुरूपासून लपवू ठेवू नका. कपटमुक्त होऊन स्वतःला, गुरूंना किंवा जिवलग मित्राला तुम्ही केलेल्या वाईट कर्मांविषयी सांगा. वाईट कर्मं जेव्हा जाहीर होतात तेव्हा त्यांची फळं आणि त्यांच्यामुळे होणाऱ्या बंधनांचा परिणामदेखील कमी होतो. म्हणून, गुरूपासून आपली कोणतीही गोष्ट लपवू नये, असं सांगतात.

महात्मा गांधींनी बालवयात त्यांच्या हातून घडलेल्या अ-योग्य कर्मांची जगजाहीर कबुली आपल्या पुस्तकातून दिली. आपल्या वाईट कर्मांच्या परिणामापासून मुक्त होऊन

ते महात्मा म्हणून प्रसिद्ध झाले. आपणही आपली वाईट कर्मं सांगायला शिकलो, तर त्यांच्यापासून मुक्त होण्याचं पहिलं पाऊल उचलू शकाल.

कमीत कमी स्वतःला आपल्या वाईट कर्मांविषयी सांगा. स्वतःला खोटं कारण सांगून, 'हे मी यासाठी केलं, त्या कारणामुळे केलं अन्यथा मी असं केलंच नसतं' असा धोका देऊ नका. गुरूंना (आपले आदर्श) लिखित किंवा मौखिक प्रकारे आपल्या गुन्ह्यांची कबुली देऊन त्यापासून मुक्त व्हा. येशूने लोकांना पुढील शब्दांत योग्य प्रायश्चित घ्यायला शिकवलं, 'तुम्ही तुमची वाईट कृत्यं शब्दांमध्ये सांगितली, सविस्तर सांगितली तर तुमच्यावर त्यातून बाहेर पडण्याची जबाबदारी येईल. पण वरवर प्रायश्चित घेतलं तर जसेच्या तसेच राहाल.' आपल्या पापकर्मांच्या फळाचा परिणाम कमी करता यावा, अन्यथा मनुष्य पुनःपुन्हा त्याच पापकर्मांत गुंततो, यासाठी प्रायश्चित्ताचं महत्त्व आहे.

संवेदनशीलता वाढवा

कर्म करण्यापूर्वी आणि घटना झाल्यानंतरचा मधला वेळ हा खूप कमी असतो. त्यातच तुम्हाला सजग व्हायचं आहे. याच वेळेत जागृतीसह कर्म करता येतं. खरंतर हा कालावधी तुम्हाला अत्यल्प वाटेल. परंतु हेच बंधन मुक्तीचं स्थान आहे. घटना घडली, मग तुम्ही प्रतिक्रिया दिली, तेव्हा आता ती बदलू शकत नाही. परंतु कर्म करण्याआधी आणि घटना झाल्यानंतर जो वेळ आहे, त्या वेळेत सजग होण्यासाठी तुम्हाला तुमची संवेदनशीलता वाढवावी लागेल.

प्रतिक्रियेपासून कर्म मुक्त करा

मनुष्याची कर्म जेव्हा प्रतिक्रियेपासून मुक्त होतील, तेव्हा कर्मबंधनं बनणार नाहीत. प्रतिक्रिया म्हणजे समोरच्या माणसाने शिवी दिल्याने तुम्हीदेखील अपशब्द उच्चारले, तर तुम्ही बंधनात अडकता. बंधनात बांधलेलं कर्म फक्त बंधनच निर्माण करतं. जसं, चिखलाने माखलेल्या माणसाने बाजारातून ड्रेस आणला, तर तो कसा असेल? साहजिकच तोदेखील चिखलाने माखलेलाच असेल. याचाच अर्थ, कर्म स्वतः बंधनात आहे त्यामुळे ते बंधनच आणणार. यासाठी सर्वांत पहिलं कर्म करताना स्वतःला विचारा, 'हे कार्य मी माझ्या समजेनुसार करत आहे, की समोरच्या माणसाचं वागणं पाहून करतोय? समोरच्या माणसाने माझं कौतुक केलं नाही म्हणून मी त्याचा सन्मान करणार नाही का? समोरचा कसाही वागला तरी मी योग्यच प्रतिसाद देईन.' ही समजेची मशालच आपल्याला मार्गदर्शन करेल. लोकांचं वागणं आपली मशाल कधी बनू नये. लोकांचं

वागणं बदलत राहील परंतु आपली समजेची मशाल कधीही विझू नये.

आपलं आयुष्य निःस्वार्थ बनवा

सेवा आणि निःस्वार्थ भाव यांचं आयुष्यातलं महत्त्व आता तुम्हाला समजलंय. निःस्वार्थ आयुष्यात ज्या क्रिया घडतात, त्यामुळे कर्मबंधनं तयार होत नाहीत. माणसाकडून अगणित कर्मं आणि त्यामुळे त्यांची बंधनंही तयार होत असतात. म्हणून अशी अव्यक्तिगत (इतरांच्या लाभासाठी) कर्म घडावीत, ज्यामुळे बंधन बांधलं जाणार नाही. भगवान बुद्ध, येशू ख्रिस्त यांचं कार्य पाहून त्याचा मोबदला द्यायचं ठरवलं तर काय देऊ शकाल? त्यांच्याकडून तर व्यापक आणि सर्वोच्च कार्यांची अभिव्यक्ती झालीय. त्यामुळे मोबदलाही तितकाच उच्च द्यावा लागेल. अर्थातच त्यांना अशा गोष्टीची आवश्यकता वाटली नाही. कारण त्यांचं आयुष्य पूर्णतः अव्यक्तिगत होतं, ज्याच्या कर्मरेषा तयार झाल्या नाहीत.

आसक्ती आणि मोहरहित कर्मं करा

कर्म जर प्रतिकर्म, आसक्ती आणि मोहापासून मुक्त केलं तरच मोक्षाचं द्वार उघडायला सुरुवात होईल. जसं, पेनाचा वापर करता करता तुम्ही स्वतःलाच पेन समजलं, तर कागदाशी तुम्ही आसक्त व्हाल. तुम्हाला कागदाचा मोह होणार हे नक्की. मग तुमचं लेखन अभिव्यक्ती नसेल. पेनापासून वेगळं होऊन जे लिहाल ती अभिव्यक्ती ठरेल. व्यक्तिलेस (अहंकाररहित) अभिव्यक्ती होईल. तिथे कर्मरेषा तयार होणार नाही. जीवन अव्यक्तिगत आणि अनासक्त बनलं, तर त्यामध्ये बंधन तयार होत नाही. मोहाशिवाय केलेल्या कर्मांचे साठे तयार होत नाहीत. अशा मनुष्याची कर्मं मुक्त म्हणजेच आकाशात ओढलेल्या रेषेसारखी असतात. अशी कर्मं घडू लागतात, तेव्हा त्यांच्यासाठी मोक्षाचा मार्ग खुला होतो.

स्त्रोतासोबत देवाण-घेवाण करा, चॅनेलशी नाही

आपल्या जवळच्या लोकांबरोबरच माणसाची सर्वाधिक कर्मबंधनं तयार होतात. तो विचार करतो, 'अमुक एका माणसासाठी मी इतकं केलं, तर त्यानेदेखील माझ्यासाठी करायला हवं... मी त्याला महागडं गिफ्ट दिलं, तर त्यानेदेखील मला तसंच गिफ्ट द्यायला हवं...' अशा प्रकारच्या विचारांमुळे तो अनंत कर्मबंधनं निर्माण करतो. वास्तविक मनुष्याने आपले सगळे देण्या-घेण्याचे व्यवहार त्या एकाच स्रोताबरोबर (परमचेतना, सेल्फ, चैतन्य) करायला हवेत, जो या संपूर्ण विश्वाचा चालक आहे. जे कराल

त्याच्यासाठी करा, जे मागाल त्यालाच मागा. माध्यम किंवा चॅनेलकडून (असे लोक ज्यांच्याशी तुम्ही देवाण-घेवाण करता) कोणतीही अपेक्षा ठेवू नका.

तुम्ही एखाद्याची मदत केली तर ईश्वराची मदत केली असा विचार करा. तुम्हाला मदत हवी असेल, तेव्हा त्याच माणसाकडून अपेक्षा न ठेवता ईश्वरालाच मदतीसाठी प्रार्थना करा. तो कुणाला तरी माध्यम बनवून तुमच्यापर्यंत नक्कीच मदत पोहोचवेल. याचा तुम्ही प्रत्यय घेतलाही असेल. कित्येकदा तुम्हाला तुमच्या नातेवाइकांकडून मदत मिळत नाही; परंतु एखादा अनोळखी मनुष्य येऊन मदत करून जातो. अशी अनपेक्षित मदत, स्रोतच दुसऱ्या माध्यमाकडून तुमच्यापर्यंत पोहोचवत असतो.

कर्म संन्यास प्राप्त करा

'कर्म संन्यास'चा अर्थ तुम्ही कोणतंही कर्म करायचं नाही, असा होत नाही. कर्म तर घडेलच परंतु ते कर्ताभावनेपासून मुक्त असेल, भोक्ता भावरहित असेल. कर्मांमागे 'मी करत आहे' हे अज्ञान नसेल. या अवस्थेलाच कर्म संन्यास असं म्हणतात. या अवस्थेमध्ये मनुष्याच्या शरीरातून मोह आणि 'मी शरीर आहे' हे भाव नष्ट होतात.

प्रत्येक मनुष्याला याच जीवनात अकर्ता-अवस्था प्राप्त होऊ शकते, तो कर्मबंधनांपासून मुक्त होऊ शकतो. त्यानंतर त्याच्यातून मोक्षप्राप्तीची घोषणा अनायासपणे निघेल. 'तू आता मुक्त आहेस' हे त्याला इतर कोणी सांगणार नाही. तुम्ही प्रत्येक बंधनापासून मुक्त असल्याची अनुभूती घ्याल. आता तुम्ही वास्तवात जे आहात, तिथून पाहायला सुरुवात कराल. कोणतीही चुकीची सवय, संस्कार किंवा वृत्ती आता तुम्हाला शरीराशी जोडणार नाही. तुमचं शरीर केवळ अभिव्यक्तीचं माध्यम बनेल. मग अशा शरीरामधून केवळ ईश्वरीय गुण, तेजप्रेम, साहस आणि सर्जनशील शक्ती प्रकट होईल.

अध्याय २७

कर्मबंधनांतून मुक्ती देणारी युक्ती

कर्ताभाव आणि फळ समर्पित करा

व्यक्तिगत कामना किंवा स्वार्थ (व्यावहारिक यश, स्वास्थ्य, स्वतःचा लाभ, सिद्धी) इत्यादींच्या पूर्तीसाठी वेगवेगळ्या पद्धती जसं, मंत्रजप, कर्मकांडं, उपासना-साधना, व्रतवैकल्यं प्रचलित आहेत. लोक मुक्तीच्या नावावर मोठमोठ्या साधना करतात परंतु उद्देश शिडी (स्वार्थ पूर्ती) मिळवणं हाच असेल, तर ते ज्ञान किंवा भक्ती योग्य ठरत नाही. साप (दुःख) असो किंवा शिडी (सुख), कर्मरेषा ही रेषाच आहे. बंधन हे बंधनच आहे.

मग अशी कोणती युक्ती आहे जी मनुष्याला सगळ्या कर्मबंधनांपासून मुक्ती देईल, त्याला खऱ्या अर्थाने मुक्त करेल? ती युक्ती आहे 'निष्काम भक्ती'. जिच्यामागे कोणताही व्यक्तिगत स्वार्थ किंवा कामना नसेल. ती भक्ती आहे - 'मी'रहित भक्ती. अर्थात ज्या भक्तीमध्ये 'मी' (अहंकारचा) भाव नसेल. अन्यथा भक्ती करताना भक्त म्हणतात, 'मी भक्ती केली... मी भक्त आहे...' ज्या भक्तीमध्ये भक्ताचा अहंकार समर्पित होतोय, तीच भक्ती योग्य भक्ती आहे. सेवा करणंदेखील भक्ती आहे. त्यामुळे सेवेला 'भक्ती इन ॲक्शन' असंही म्हणता येईल. ज्याचं प्रथम चरण आहे, 'मी'पासून बचाव.

'मी' नाहीसा करण्यासाठी एक प्रयोग

प्रत्येक गोष्टीमध्ये बकरीसारखं 'मी...मी...' करणं ही माणसाची सवय असते. कारण जन्माला आल्यापासून आपल्या आजूबाजूला, प्रत्येकालाच तो मी मी करताना पाहतोय. आता जेव्हा ज्ञान मिळालंय, जागृती आलीय, तेव्हा ही सवय तोडण्यासाठी

काही पावलं उचलावी लागतील. यासाठी एक प्रयोग करा – ओठांवर किंवा विचारांमध्ये जितक्या वेळा 'मी' शब्द येईल, त्याला क्रमांक द्या. जसं १, २,३... अशा प्रकारे 'मी'ला क्रमांक दिल्याने तुम्ही किती वेळा 'मी' शब्दाचा प्रयोग करत आहात याबद्दलची तुमची जागरूकता वाढेल.

'मी' शब्दाचा प्रयोग करण्याआधी त्याच्याबद्दल सचेत व्हा, त्याचा वापर टाळण्याचा प्रयत्न करा. 'मी'चा वापर केलेली वाक्यं वेगळ्या प्रकारे बोलण्याचा प्रयत्न करा, ज्याच्यामध्ये 'मी'ची उपस्थितीच नसावी. उदाहरणार्थ, 'मी बघितलं'ऐवजी म्हणा– 'असं बघितलं गेलं'... 'मी हे काम केलं' या ऐवजी 'हे काम झालं'... 'मी असा विचार केला' या ठिकाणी 'असा विचार आला' अशी रचना करा.

अशा प्रकारे जाणिवपूर्वक बोलल्यामुळे, तुम्हाला, 'तुम्ही 'मी' नसून सेल्फ आहात' या परमसत्याची आठवण नेहमी राहील. तुमच्या शरीराकडून जे काही घडतंय, ते सेल्फकडूनच होत आहे. मग हे सत्य हळूहळू तुमच्या अंतर्मनाच्या गाभाऱ्यात खोलवर उतरेल आणि हे सगळं आपोआपच घडेल. यासाठी तुम्हाला कोणताही प्रयत्न करावा लागणार नाही. तुम्ही नेहमीच गुणातीत (साक्षी भाव) अवस्थेमध्ये राहाल. तेव्हा तुमचं कर्म, अकर्म होईल आणि अकर्म कोणतंही कर्मबंधन बनवत नाही. हीच आहे कर्मबंधनांपासून पूर्ण मुक्ती. जगामध्ये, रोजच्या व्यवहारात, बोलण्यात, नेहमी 'मी' शब्द उच्चारण्यापासून बचाव करता येत नाही. अशा वेळी 'मी'चा उच्चार झाला तरीही, हा 'मी' वास्तविक कोण आहे? हा 'मी' युनिव्हर्सल सेल्फसाठीच वापरलाय, याची स्पष्ट जाणीव आतमध्ये असावी.

तुमच्या आतमध्ये हा जो 'मी' आहे, याला कर्मबंधनांच्या रावणाची नाभी समजा. युद्धामध्ये रावणाची मुंडकी कित्येकदा छाटूनही तो मरत नव्हता. परंतु एक तीर त्याच्या नाभीवर लागताच संपूर्ण रावणच नष्ट झाला. तुम्हीदेखील तुमच्या आतल्या 'मी'ला नष्ट करून, त्याच्या जागी युनिव्हर्सल सेल्फला काम करून दिलं तर तुमच्या कर्मबंधनांचा किल्ला पूर्णपणे उद्‌ध्वस्त होईल. मग तुमच्या शरीराकडून केवळ सेल्फचीच अभिव्यक्ती होईल. याच अवस्थेमध्ये स्थापित होण्याला सदेह मुक्ती मिळणं किंवा जिवंतपणी मोक्ष प्राप्त करणं असं म्हणतात.

क्रिया ईश्वराला समर्पित करा

तुमच्याकडून घडणाऱ्या क्रिया या जास्त महत्त्वाच्या, की त्या क्रियेनंतर जे विचार चालतात ते अधिक महत्त्वाचे आहेत? ज्ञान असेल तर मनुष्य सांगेल, की 'क्रिया महत्त्वपूर्ण

आहे परंतु तितकी नाही, जितकी तिच्याकडे पाहण्याची दृष्टी.' अर्थात क्रिया, घटना तर घडतच राहणार, त्याबाबत काही करता येत नाही. परंतु क्रियेनंतर मनुष्याच्या आतमध्ये रनिंग कॉमेंट्री सुरू राहते, ती जास्त महत्त्वाची असते.

कॉमेंट्री म्हणजे विचारांच्या कसरती, मनाची बडबड – 'हे चांगलं झालं, ते वाईट झालं, असं व्हायलं नको होतं, हे बरोबर झालं, ते चूक झालं' इत्यादी. कृती केल्यानंतर माणसाच्या मनात विचार येत असेल, 'हे माझ्याकडून करवून घेतलं' तर तो योग्य विचार आहे. अन्यथा कुणी म्हटलं 'हे मी केलं, मला करायचं होतं' तर त्याच्याकडून अहंकाराचं कर्मबंधन तयार होतं. असं होऊ नये यासाठी प्रत्येक क्रिया करताना विचार आणा – 'हे करवून घेतलं' किंवा 'माझ्याकडून करवून घेतलं जात आहे.'

प्रत्येक कर्मामागची आपली भावना ओळखा. आपली कर्मं कर्ताभावनेपासून मुक्त करून सगळी कर्मं ईश्वराला समर्पित करा. कर्म करताना साक्षी भाव जागृत व्हावे आणि अकर्म (मी करत नाही) अवस्था प्राप्त करावी. जसं, 'शरीराकडून कर्मं घडत आहेत, माझ्याकडून नाही... शरीर कर्म करत आहे, मी नाही.' व्यायाम आणि आसन शरीर करत आहे, तुम्ही फक्त शरीराबरोबर आहात, शरीर नाही. शरीर केवळ तुमचा मित्र आहे. आसन आणि व्यायाम करताना तुम्हाला आठवण करून द्यायची आहे, की 'माझा मित्र आसन करत आहे, मी नाही' या समजेसह साक्षी भावनेने प्रत्येक कर्म घडताना आणि प्रत्येक समस्या विलीन होताना पाहा.

फळ ईश्वराला समर्पित करा

प्रत्येक घटनेचं जे फळ येतं, ते ईश्वराला समर्पित करा. कोणतंही कर्म 'मी' भावनेने केलं तर त्याचे तीन प्रकारे परिणाम येऊ शकतात – दुःख, सुख किंवा द्विधा. ही तीन मुख्य फळं आहेत ज्यांच्या आतमध्ये सर्व काही आहे. ही फळं ईश्वराला समर्पित करा आणि सांगा, 'हे ईश्वरा हे सुख तुझं आहे', 'हे ईश्वरा हे दुःख तुझं आहे' किंवा 'हे ईश्वरा हा संभ्रम तुझा आहे.'

कोणत्याही घटनेनंतर आपल्या अंतरंगात काय झालं हे पडताळून बघा. दुःख झालं तर ते ईश्वराला समर्पित करा. आनंद झाला तर 'मी आनंदित झालो' असं न म्हणता 'हा आनंदही तुझा आहे' म्हणून तोदेखील ईश्वराला अर्पण करा. नाहीतर दुःख समर्पित झालं आणि आनंद समर्पित झाला नाही तर त्यामुळे पुढे पुन्हा दुःखच येईल. चिंता असेल, तर तीदेखील ईश्वरालाच समर्पित करा. दुःखामध्ये काही नकारात्मक विचारांनी त्रस्त केलं असेल, तर तेही ईश्वराला समर्पित करा.

अशा प्रकारे फळ मग ते नकारात्मक असो किंवा सकारात्मक, दोन्हीही ईश्वराला समर्पित केल्यानंतर मिळणारं फळ हे महाफळ असेल. त्या फळाची आसक्ती नसेल, त्याच्याशी मोह नसेल, तर ते फळ बंधनाचं कारण बनणार नाही. जेणेकरून मनुष्याला संतुष्टी प्राप्त होईल, त्यामुळेच मोक्ष मिळेल.

कर्मफळ आनंदाने भोगा

मनुष्य जेव्हा ईश्वरप्रेमात रंगून भक्ती करतो, तेव्हा मिळणारी सगळी पार्सलदेखील (कर्मफळदेखील) ईश्वराचा प्रसाद समजून भोगतो. त्याबद्दल कोणतीही तक्रार, त्रागा करत नाही. हीच एका खऱ्या भक्ताची ओळख आहे. आपण आपली पार्सल कशी भोगायला हवीत हे मीरा, सुदामा, येशू यांसारख्या ईश्वर भक्तांनी आपल्या जीवनचरित्राद्वारे दर्शवलं. येशूंनी खडतर यातना भोगूनही त्रास देणाऱ्या लोकांसाठी ईश्वराकडे क्षमा मागितली. भक्तीमध्ये लीन असणाऱ्या मीरेने कधीही म्हटलं नाही, की 'लोकांनी मला खूप दुःख दिलं, विष पाजलं, यातना दिल्या.' सुकरात, येशू, मन्सूर, बुद्ध, महावीर यांसारखे महान संत आपल्या भक्तीत आणि साधनेमध्येच तल्लीन होते. म्हणून ते असं कधी म्हणाले नाहीत, 'आमच्या शरीरांनी खूप यातना सहन केल्या, आमच्या शरीरांकडून खूप तप घडलं.'

प्रेमात, भक्तीत आपण जी कर्म भोगतो, ती भोगताना आपल्याला दुःखाची पुसटशी जाणीवही होत नाही. म्हणूनच भक्तीचं महत्त्व उत्तुंग आहे. भक्ती आपल्याला आतून इतकी मजबूत आणि अकंप बनवते, ज्यायोगे दुःखदेखील दुःख वाटत नाही. आयुष्यात भक्ती वाढताच तुम्ही सगळ्या कर्मांपासून वर उठाल. म्हणून भक्ती वाढवण्याच्या कर्माला महत्त्वपूर्ण कर्म म्हटलंय.

आतापर्यंत तुम्ही कर्मबंधनांपासून सुरक्षित ठेवणाऱ्या त्रिकोणाबाबत माहिती घेतली. प्रत्यक्षात तीनही कोन एकमेकांना पूरक आहेत. सत्यश्रवणाने समज वाढते. समज वाढल्याने भक्ती योग्य प्रकारे होऊ लागते. मनुष्य आपला कर्ताभाव आणि अहंकार समर्पित करू लागतो. असं झाल्यानंतर त्याच्याकडून अव्यक्तिगत आणि निःस्वार्थ कर्मं घडू लागतात. त्याच्यामध्ये साक्षी भाव जागृत होतो. अशा प्रकारे तो कर्मबंधनांपासून कायमस्वरूपी मुक्त आणि सुरक्षित होतो.

• • •

हे पुस्तक वाचल्यानंतर आपला अभिप्राय कृपया या पत्त्यावर अवश्य पाठवा.

Tej Gyan Global Foundation,
Pimpri Colony Post Office,
P. O. Box 25, Pune - 411 017. Maharashtra (India).

विश्वाच्या लीडर्ससाठी ही प्रार्थना करा

विश्वाचे सगळे लीडर्स

- आउट ऑफ बॉक्स* विचार करायला शिकावेत...
- शांतीदूत बनावेत...
- ईश्वराची इच्छा हीच त्यांची इच्छा बनावी!

धन्यवाद.

आउट ऑफ बॉक्स म्हणजे सर्व शक्यतांपलिकडे असलेला विचार.

परिशिष्ट

संपूर्ण क्षमा ध्यान

सर्व प्रकारच्या कर्मबंधनांसाठी क्षमा प्रार्थना

प्रस्तुत पुस्तकात आतापर्यंत तुम्ही वेगवेगळ्या कर्मबंधनांसाठी, वेगवेगळ्या समस्यांसाठी क्षमा प्रार्थना शिकलात. आता समस्त कर्मबंधनांपासून मुक्ती देणारा संपूर्ण क्षमाध्यान विधी जाणून घेऊया. यात सर्व प्रकारच्या कर्मबंधनांसाठी क्षमा प्रार्थना एकत्रितरीत्या जोडली आहे. रोज रात्री झोपण्यापूर्वी हे ध्यान केलं तर सर्व कर्मबंधनं नष्ट होतील, तुम्ही रिक्त, शुद्ध होत जाल, तुम्हाला मुक्तीची जाणीव होईल. जीवनातील अडकून राहिलेल्या सकारात्मक बाबी जसं, मानसिक, शारीरिक स्वास्थ्य, पैसा, यश, नात्यांमध्ये सद्‌भावना, प्रेम, समाधान, आनंद, समज... अशा सर्व गोष्टी तुमच्यापर्यंत पोहोचतील.

क्षमाध्यान विधी

हे ध्यान करण्याआधी ध्यान विधी संपूर्ण वाचा, समजून घ्या आणि त्यानंतरच करा.

१. ध्यानामध्ये बसण्यापूर्वी ठरावीक कालावधीचा गजर घड्याळात, मोबाईलमध्ये सेट करा. त्यानंतर डोळे बंद करून तुम्ही निवडलेल्या ध्यानावस्थेत आणि मुद्रेमध्ये बसा.

२. ध्यानाच्या प्रारंभी स्वतःला सांगा, 'आता मी क्षमा ध्यान करणार आहे. या ध्यानामुळे मला सर्वोच्च लाभ मिळणार आहेत. माझी कर्मबंधनं नष्ट होणार आहेत.'

३. सर्वप्रथम ज्या समजेसह (अंडरस्टँडिंगने) तुम्ही क्षमा साधना करणार आहात, ती समज मनात वारंवार उच्चारा - 'मी क्षमा साधना करत आहे. कारण प्रत्येक कर्मबंधनाच्या बंडलामध्ये (बंधनात) कुठं ना कुठं माझं नकारात्मक योगदान आहे. माझ्याच अज्ञानामुळे कर्मबंधनं बांधली गेली आहेत. माझ्याच विचारांमध्ये इतकी ताकद होती, ज्यामुळे कर्मबंधनं अस्तित्वात आली.

आज जे काही मला चुकीचं दिसतंय, ऐकायला येतंय, ज्या अडचणी जाणवत आहेत, जे विकार स्वतःमध्ये आणि इतरांमध्ये दिसत आहेत, त्यामध्ये माझंही काही योगदान निश्चितच आहे. म्हणूनच आता माझी ही जबाबदारी आहे, की मी इतरांना क्षमा मागून आणि देऊन माझं नकारात्मक योगदान काढून घ्यावं. त्यानंतर व्यक्तीपासून (मी पासून) मुक्त होऊन माझ्या पूर्व अवस्थेवर (सेल्फवर) परतावं.

४. इकाईला (इंसाफ का ईश्वर याला)आपल्या ध्यानक्षेत्राच्या समोर आणून, गुरूंना (ईश्वराला) साक्षी ठेवून किंवा एखाद्या जबाबदार, आदर्श किंवा ज्याच्यासमोर तुम्ही सर्वाधिक समर्पित होता, त्याला साक्षी ठेवून इकाईला सांगा, 'मला, मला माफ करण्यासाठी मदत करा. मला, मला साफ करण्यासाठी मदत करा, माझा इन-साफ करा. मला, माझ्यावर प्रेम करण्यासाठी मदत करा. मला, माझा स्वीकार करण्यासाठी मदत करा.' या काही ओळी वारंवार उच्चारत राहा.

५. हे घडतंय असं अनुभवा. इकाई तुमची प्रार्थना ऐकतोय आणि पूर्णही करत आहे. तुमच्याकडून आतापर्यंत जे काही घडलं, त्या सगळ्यांसाठी तुम्ही माफी मागितली आहे आणि इकाई तुम्हाला माफ करत आहे. या साधनेच्या माध्यमातून तुम्ही स्वतःलादेखील माफ करत आहात. मनापासून स्वतःला सांगा, 'मी तुला माफ केलंय, तू जसा/जशी आहेस, तसा मी तुझा स्वीकार करतो/करते. माझं प्रेम नेहमीच तुझ्यासोबत असेल.' लहान मुलांवर तुम्ही ज्याप्रमाणे प्रेम करता, तसं स्वतःवर करा.

६. तुमच्याकडून कळत-नकळत बनलेल्या त्या कर्मबंधनांसाठी माफी मागा ज्यांची आठवण तुम्हाला येईल. जसं - तुमच्याकडून इतरांना त्रास होईल असं काही घडलं असेल, त्यासाठीदेखील स्वतःला माफ करा. मनातल्या मनात स्वतःला सांगा, 'मी तुला त्या सर्व गोष्टींसाठी माफ करतो/करते. माझी सगळी कर्मबंधनं नाहीशी होऊ दे. 'ए ते झेड' सगळ्या घटना, सगळे लोक जे जे आठवेल, त्या

सगळ्या गोष्टींसाठी स्वतःला क्षमा करा. कारण तुम्ही स्वतःला क्षमा करू शकला तरच इतरांना क्षमा मागू शकाल, सर्वांना क्षमा करू शकाल. आपले आंतरिक बळ वाढवण्यासाठी हे अत्यावश्यक आहे.

७. खुल्या अंतःकरणाने स्वतःला सांगा, 'जाऊ दे... जाऊ दे...' कोणत्याही गोष्टीला, कर्मबंधनाला धरून ठेवू नका, त्याला जाऊ द्या... अंतर्मन जे पकडून बसलंय, तेदेखील जाऊ द्या. स्वतःला सांगा, 'जे घडलं त्या वेळी असलेल्या समजेनुसार आणि परिस्थितीनुसार घडलं. आता तो भूतकाळ आहे, तो जाऊ दे... त्याचा अपराधबोध घेऊन बसू नकोस. त्याला जाऊ दे... मी तुला माफ करतो/करते.'

८. आता असा विचार करा, 'इकाई मला साफ करत आहे. मला माफ करण्यासाठी मदत करत आहे. ईश्वर, निसर्ग, गुरूमध्ये जी शक्ती आहे, ती सगळ्या कर्मबंधनांना समाप्त करू शकते. म्हणून आता सगळी कर्मबंधनं नाहीशी होत आहेत. अपराधबोध, गिल्ट, सगळं मिटत आहे.' ज्या मुद्रेमध्ये तुमचे भाव जागृत होतात – हात जोडून, आकाशाकडे हात करून, त्या मुद्रेमध्ये स्वतःला सांगा, 'मी माझा प्रत्येक अपराधबोध स्वतःपासून साफ करत आहे. स्वतःला शंभर टक्के माफ करत आहे.'

९. अशाप्रकारे सर्वांची माफी मागा, 'ज्यांना मी कळत-नकळत दुःख दिलं, त्या सर्वांची मी माफी मागत आहे... मला माफ करा... मला माफ करा... मला माफ करा...'

१०. संपूर्ण विश्वसाठी क्षमा प्रार्थना करा-'विश्वामध्ये ज्या समस्या दिसत आहेत, त्यात अन्य कोणाचाही दोष नाही. मात्र, मी दोष बघितला यासाठी मला क्षमा करा. पृथ्वीवरील कुणाचाही काहीही दोष नाही, तरीदेखील असा विचार मनाने केला, त्यासाठी मला क्षमा करा. माझ्या अज्ञानासाठी आणि विस्मरणासाठी मला क्षमा करा. माझ्या विचारांमुळे या समस्येमध्ये जे नकारात्मक योगदान दिलं गेलं, त्यासाठी मला क्षमा करा.' अंतःकरणापासून क्षमा मागा आणि समस्यांमधून तुमचा नकारात्मक सहभाग काढून घ्या.

११. जे क्षमापात्र वाटत नाहीत, त्यांना माफ नाही तर साफ करा. त्यांच्यासाठीही प्रार्थना करा, 'यांना आतून साफ करा, यांच्यात असलेल्या पापवृत्तीला साफ करा. यांनादेखील ज्ञान मिळावं, यांची समज वाढावी, चेतना वाढावी. आमच्यावर ज्या

कृपा होत आहेत, त्या यांच्यावरदेखील व्हाव्यात... यांनादेखील आपलं कृपा पात्र बनवा... मी यांच्याकडे अपराधी म्हणून बघितलं, यांच्यामध्ये तुमचं (ईश्वराचं) दर्शन केलं नाही, यासाठीदेखील मला क्षमा करा... साफ करा.'

१२. वस्तूंबरोबर जी कर्मबंधनं बांधली गेली आहेत, त्यासाठीही क्षमा मागा, 'माझ्याकडून तुमचा सांभाळ करण्यात, काळजी घेण्यात ज्या उणिवा राहिल्या, त्यासाठी मी तुमची क्षमा मागतो, कृपया मला क्षमा करा. मी तुमच्यामध्ये त्या इकाईचं दर्शन केलं नाही, केवळ एक वस्तू म्हणून बघितलं, तुम्हाला स्वतःपासून वेगळं आणि छोटं मानलं, यासाठीही मी तुमची क्षमा मागतो, कृपया मला क्षमा करा.'

१३. आरोग्याबाबत जी कर्मबंधनं तयार झाली आहेत तीदेखील दूर करा. शरीराच्या प्रत्येक अवयवाबाबत आपण जे विचार केले – जसं, माझ्या शरीराची उंची योग्य नाही, वजन व्यवस्थित नाही, रंग काळा आहे, केस विरळ आहेत... असे जे काही चुकीचे विचार ठेवले, त्यासाठी क्षमा मागा. तुमचं प्रेम आणि स्वीकारभाव मिळाल्याने ते स्वस्थ होतील, बलवान बनतील. शरीराच्या त्रासदायक अवयवांना सांगा, 'मी वर्षानुवर्षं तुमच्याकडे लक्ष दिलं नाही. माझा निष्काळजीपणा आणि अज्ञानासाठी मला माफ करा. माझं तुमच्यावर प्रेम आहे. आता मी तुमची योग्य प्रकारे काळजी घेईन. तुम्ही माझ्यासाठी जे काही करत आहात, त्या निरपेक्ष प्रेमासाठी आणि सहकार्यासाठी मी तुमचा आभारी आहे. त्यासाठी तुम्हाला धन्यवाद देतोय...'

१४. आपल्या अहंकारासाठी ('मी'चा भाव) क्षमा प्रार्थना करा, 'या शरीराकडून जे काही घडत आहे, ते तुझ्याकडूनच घडतंय. तूच एकमेव कर्ता आहेस. हे शरीर अज्ञानात, विस्मरणात स्वतःला कर्ता मानून बसलंय, यासाठी याला माफ करा. याची 'मी'विषयीची सर्व कर्मबंधनं मिटवा. याचा 'मी'भाव नाहीसा करा. याचा इन-साफ करा. याला रिक्त करा, आपल्या अभिव्यक्तीसाठी तयार करा. याच्या माध्यमातून केवळ तुमचीच अभिव्यक्ती घडावी, अहंकाराची नाही. तुझी इच्छा, तीच याचीदेखील इच्छा असावी. धन्यवाद... धन्यवाद... धन्यवाद...'

१५. सर्व प्रकारच्या कर्मबंधनांपासून मुक्त होत आनंदाची अनुभूती घ्या. 'मी स्वतंत्र आहे... मी मुक्त आहे... मी स्वतःला माफ केलंय... सगळ्यांना माफ केलंय... सगळ्यांनी मला माफ केलंय... इकाईने मला माफ केलंय... मी हा आनंद अनुभवतोय. मी खुश आहे... मी आनंदी आहे. हा आनंदच संपूर्ण जगामध्ये

पसरत आहे... सगळ्यांना साफ करत आहे... जितक्या दूरवर माझं ध्यानक्षेत्र विस्तारत जातंय, तिथवर या खुशीचे तरंग जात आहेत. दूर आणखी दूर... डोंगरांच्याही पलीकडे, प्रत्येक ठिकाणी पसरत आहेत. संपूर्ण पृथ्वीवर... संपूर्ण ब्रह्मांडात व्हाइट बोर्ड (निर्विकार, निर्लकीर) प्रकट होत आहे, प्रखर होत आहे... सगळे खुश आहेत, सगळे मुक्त आहेत...'

अशा प्रकारे जितकं सामर्थ्य तुमच्यामध्ये आहे त्या जोरावर तुम्ही सर्वांसाठी प्रेम, आनंद आणि क्षमा यांचे तरंग पसरवत आहात. सर्वांना साफ होण्यासाठी मदत करत आहात. इकाई, गुरू, कृपा आणि तुम्ही... सर्वांचाच या कार्यामध्ये समावेश आहे.

आता इकाईला सांगा, 'माझ्या ध्यानक्षेत्रात नसतानाही तुमचं सफाईचं हे कार्य असंच सुरू राहावं. धन्यवाद... धन्यवाद... धन्यवाद...'

एक अल्प परिचय
सरश्री

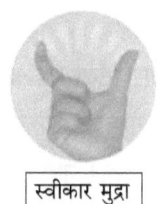

स्वीकार मुद्रा

सरश्रींचा आध्यात्मिक शोधाचा प्रवास त्यांच्या बालपणापासूनच सुरू झाला होता. हा शोध सुरू असतानाच त्यांनी अनेक प्रकारच्या पुस्तकांचं अध्ययन केलं. त्याचबरोबर या शोधकाळात त्यांनी अनेक ध्यानपद्धतींचा अभ्यासही केला. त्यांच्यातील या जिज्ञासेने त्यांना अनेक वैचारिक आणि शैक्षणिक संस्थांमध्ये जाण्यासाठी प्रेरित केलं. जीवनाचं रहस्य समजण्यासाठी त्यांनी **प्रदीर्घ काळ मनन करून आपलं शोधकार्य सातत्याने सुरू ठेवलं. या शोधातूनच त्यांना 'आत्मबोध' प्राप्त झाला.** आत्मसाक्षात्कारानंतर त्यांना जाणवलं, की **अध्यात्माचा प्रत्येक मार्ग ज्या शृंखलेने जोडलेला आहे, तो म्हणजे 'समज' (Understanding).** आत्मबोधप्राप्तीनंतर त्यांनी अध्यापनाचं कार्य थांबवलं आणि जवळ जवळ दोन दशकांहूनही अधिक काळ आपलं समस्त जीवन मानवजातीच्या कल्याणासाठी आणि आध्यात्मिक विकासासाठी अर्पण केलं.

सरश्री म्हणतात, ''सत्यप्राप्तीच्या सर्व मार्गांचा प्रारंभ जरी वेगवेगळ्या मार्गांनी होत असला, तरी सर्वांचा अंत मात्र एकच समज प्राप्त केल्याने होतो. ही **'समज'च सर्व काही असून ती स्वतःमध्ये परिपूर्ण आहे.** आध्यात्मिक ज्ञानप्राप्तीसाठी या 'समजे'चं श्रवणच पुरेसं आहे.'' ही समज प्रकाशमान करण्यासाठी आजपर्यंत त्यांनी **आध्यात्मिक विषयांवर तीन हजारांहून अधिक प्रवचनं दिली आहेत.** या प्रवचनांद्वारे ते अध्यात्मातील अतिशय गहन संकल्पना सहज, सुलभ आणि व्यावहारिक भाषेत समजावून सांगतात. समाजातील प्रत्येक स्तरावरील मनुष्य सरश्रींद्वारे सांगितल्या जाणाऱ्या या समजेचा लाभ घेऊ शकतो.

ही समज प्रत्येकाला आपल्या अनुभवातून प्राप्त व्हावी, यासाठी सरश्रींनी

'महाआसमानी परमज्ञान शिबिर' आणि त्यासाठी आवश्यक असणारी कार्यप्रणाली (सिस्टिम) तयार केली. **तिचा लाभ आज लाखो लोक घेत आहेत.** या प्रणालीला आय.एस.ओ. (ISO 9001:2015) प्रमाणपत्रही लाभलंय. या प्रणालीमुळेच अनेकांना सत्यमार्गावर वाटचाल करण्याची प्रेरणा मिळाली आहे. या समजेचा प्रचार आणि प्रसार करण्यासाठी त्यांनी 'तेजज्ञान फाउंडेशन' या आध्यात्मिक संस्थेचा पाया रचला. **'हॅपी थॉट्सद्वारे उच्चतम विकसित समाजाची निर्मिती करणे,'** हेच या संस्थेचं मुख्य उद्दिष्ट आहे.

विश्वातील प्रत्येक मनुष्य आज सरश्रींच्या मार्गदर्शनाचा लाभ घेऊ शकतो. त्यासाठी कोणत्याही धर्म, जात, उपजात, वर्ण, पंथ वा लिंग यांचं बंधन नसतं. विश्वाच्या प्रत्येक कानाकोपऱ्यांतील लोक आज 'तेजज्ञान'च्या अनोख्या ज्ञानप्रणालीचा (System for Wisdom) लाभ घेत आहेत. याच व्यवस्थेचा आणखी एक महत्त्वपूर्ण भाग म्हणजे, **दररोज सकाळी आणि रात्री ९ वाजून ९ मिनिटांनी लाखो लोक विश्वशांतीसाठी प्रार्थना करत आहेत.**

बेस्ट सेलर पुस्तक 'विचार नियम' शृंखलेचे रचनाकार म्हणूनही सरश्रींना ओळखलं जातं. **केवळ पाच वर्षांच्या कालावधीत या पुस्तकाच्या १ कोटीपेक्षा अधिक प्रती** वितरित झाल्या आहेत. याशिवाय आजवर त्यांनी विविध विषयांवर **१०० हून अधिक पुस्तकं लिहिली** आहेत. त्यांपैकी 'विचार नियम', 'स्वसंवाद एक जादू', 'शोध स्वतःचा', 'स्वीकाराची जादू', 'निःशब्द संवाद एक जादू', 'संपूर्ण ध्यान' इत्यादी पुस्तकं बेस्ट सेलर झाली आहेत. ही पुस्तकं दहापेक्षा अधिक भाषांमध्ये अनुवादित असून, पेंगुइन बुक्स, हे हाउस पब्लिशर्स, जैको बुक्स, मंजुळ पब्लिशिंग हाउस, प्रभात प्रकाशन, राजपाल ॲण्ड सन्स, पेंटागॉन प्रेस आणि सकाळ प्रकाशन इत्यादी प्रमुख प्रकाशन संस्थांद्वारे ती प्रकाशित झाली आहेत.

तेजज्ञान फाउंडेशन परिचय

तेजज्ञान फाउंडेशन आत्मविकासातून आत्मसाक्षात्कार प्राप्त करण्याचा एक मार्ग आहे. यासाठी सरश्रींद्वारा एक अनोखी बोधप्रणाली (System for Wisdom) निर्माण झाली आहे. या प्रणालीला आंतरराष्ट्रीय प्रमाणपत्राद्वारे ISO 9001:2015च्या आवश्यकतेनुसार आणि निकष पडताळून सरळ, व्यावहारिक आणि प्रभावी बनवलं गेलं आहे.

या संस्थेच्या प्रबोधनपद्धतीच्या भिन्न पैलूंना (शिक्षण, निरीक्षण आणि गुणवत्ता) स्वतंत्र गुणवत्ता परीक्षकांद्वारे (Quality Auditors) क्रमबद्ध पद्धतीने पडताळलं गेलं. त्यानंतर या पैलूंना ISO 9001:2015 साठी पात्र समजून या बोधपद्धतीला हे प्रमाणपत्र प्रदान करण्यात आलं.

या फाउंडेशनचे लक्ष्य आहे नकारात्मक विचारांकडून सकारात्मक विचारांकडे वाटचाल. सकारात्मक विचारांकडून शुभ विचारांकडे म्हणजे हॅपी थॉट्सकडे प्रगती. शुभ विचारांकडून निर्विचार अवस्थेकडे मार्गक्रमण आणि निर्विचार अवस्थेच्या अंती आत्मसाक्षात्कार प्राप्ती. 'मी सर्व विचारांपासून मुक्त व्हावे' हा विचार म्हणजे शुभ विचार (हॅपी थॉट्स). 'मी प्रत्येक इच्छेपासून मुक्त व्हावे', अशी इच्छा म्हणजे शुभ इच्छा.

तेजज्ञान म्हणजे ज्ञान व अज्ञान या दोहोंच्या पलीकडचे ज्ञान. पुष्कळ लोक सामान्य ज्ञानाच्या (General Knowledge) माहितीलाच ज्ञान मानतात. परंतु अस्सल ज्ञान आणि नुसती माहिती यांत फार मोठे अंतर आहे. आजमितीला लोक सामान्य ज्ञानाच्या उत्तरांनाच जास्त महत्त्व देतात. अशा ज्ञानाचे विषय म्हणजे कर्म आणि भाग्य, योग आणि प्राणायाम, स्वर्ग आणि नरक इत्यादी. आजच्या युगात सामान्यज्ञान प्राप्त करणारे लोक, शिक्षक मोठ्या प्रमाणावर आहेत; परंतु हे ज्ञान ऐकून जीवनात परिवर्तन घडून येत नाही. असे ज्ञान म्हणजे केवळ बुद्धिविलास आहे किंवा अध्यात्माच्या नावावर चाललेला बुद्धीचा व्यायाम आहे.

सर्व समस्यांवरील उपाय आहे तेजज्ञान. क्रोध, चिंता आणि भय यांपासून मुक्त जीवन म्हणजे तेजज्ञान. शारीरिक, मानसिक, सामाजिक, आर्थिक आणि आध्यात्मिक प्रगतीचा, सर्वांगीण प्रगतीचा मार्ग आहे तेजज्ञान. तेजज्ञान आपल्या अंतरंगात आहे. येथे या आणि या गोष्टीचा अनुभव घ्या.

आपल्याला असे ज्ञान हवे आहे, की जे सामान्य ज्ञानापलीकडे आहे, जे प्रत्येक समस्येवरील उत्तर आहे, जे प्रत्येक समजुतीपासून, गृहीत धारणांपासून आपल्याला मुक्त करते, ईश्वरी साक्षात्कार घडविते, अंतिम सत्यात स्थापित करते. आता वेळ आली

आहे शाब्दिक, सामान्यज्ञानातून बाहेर येऊन तेजज्ञानाचा अनुभव घेण्याची!

आजवर जप-तप, तंत्र-मंत्र, कर्म-भाग्य, ध्यान-ज्ञान, योग-भक्ती असे अनेक मार्ग अध्यात्मात सांगितले आहेत. या सर्व मार्गांनी प्राप्त होणारी अंतिम समज, अंतिम ज्ञान, बोध एकच आहे. अंतिम सत्याच्या शोधकाला, साधकाला शेवटी जी एकच 'समज' प्राप्त होते, ती 'समज' श्रवणानेसुद्धा प्राप्त होऊ शकते. अशा समजप्राप्तीसाठी श्रवण करणे यालाच तेजज्ञान प्राप्त करणे म्हटले गेले आहे. तेजज्ञानाच्या श्रवणाने सत्याचा साक्षात्कार घडतो, ईश्वरीय अनुभव मिळतो. हेच तेजज्ञान सरश्री महाआसमानी शिबिरात प्रदान करतात.

महाआसमानी परमज्ञान
शिबिर परिचय आणि लाभ (निवासी)

तुम्हाला सर्वोच्च आनंद हवाय? असा आनंद, जो कोणत्याही बाह्य कारणावर अवलंबून नाही... जो प्रत्येक क्षणी वृद्धिंगत होतो. या जीवनात तुम्हाला प्रेम, विश्वास, शांती, समृद्धी आणि परमसंतुष्टी हवी आहे का? शारीरिक, मानसिक, सामाजिक, आर्थिक आणि आध्यात्मिक अशा आयुष्याच्या सर्व स्तरांवर यशस्वी होण्याची तुमची इच्छा आहे का? 'मी कोण आहे' हे तुम्हाला अनुभवाने जाणावंसं वाटतं का?

तुमच्या अंतर्यामी अशा सर्व प्रश्नांची उत्तरं जाणण्याची इच्छा आणि 'अंतिम सत्य' प्राप्त करण्याची तृष्णा असेल, तर तेजज्ञान फाउंडेशनतर्फे आयोजित 'महाआसमानी शिबिरा'त तुमचं स्वागत आहे. हे शिबिर सरश्रींच्या मार्गदर्शनावर आधारित आहे. सरश्री, आजच्या युगातील आध्यात्मिक गुरू असून, ते आजच्या लोकभाषेत अत्यंत सहजपणे आध्यात्मिक समज प्रदान करतात.

महाआसमानी परमज्ञान शिबिराचा उद्देश : विश्वातील प्रत्येक मनुष्यानं 'मी कोण आहे', या प्रश्नाचं उत्तर जाणून तो सर्वोच्च आनंदाच्या अवस्थेत स्थापित व्हावा, हाच या शिबिराचा मुख्य उद्देश आहे. प्रत्येकाला असं ज्ञान प्राप्त व्हावं, जेणेकरून त्यानं प्रत्येक क्षणी वर्तमानात जगण्याची कला आत्मसात करावी. तो भूतकाळाचं ओझं आणि भविष्याची चिंता यांतून मुक्त व्हावा. प्रत्येकाच्या आयुष्यात कधीही न संपणारा आनंद आणि योग्य समज यावी. शिवाय, प्रत्येकानं समस्या विलीन करण्याची कला आत्मसात करावी. थोडक्यात, मनुष्यजन्माचा उद्देश सफल व्हावा, हाच या शिबिराचा उद्देश आहे.

'मी कोण आहे? मी येथे का आहे? मोक्ष म्हणजे काय? या जन्मातच मोक्षप्राप्ती शक्य आहे का?' असे प्रश्न जर तुमच्या मनात असतील, तर त्यांवरील उत्तर आहे- 'महाआसमानी परमज्ञान शिबिर'.

महाआसमानी परमज्ञान शिबिराचे मुख्य लाभ : वास्तविक या शिबिराचे लाभ तर असंख्य आहेत; पण त्यांपैकी मुख्य लाभ पुढीलप्रमाणे- * जीवनात शक्तिशाली ध्येय निश्चित होतं *'मी कोण आहे' हे अनुभवाने जाणता येतं (सेल्फ रियलायजेशन) *मनाचे सर्व विकार विलीन होतात. *भय, चिंता, क्रोध, बोरडम, मोह, तणाव या नकारात्मक बाबींतून मुक्ती *प्रेम, आनंद, मौन, समृद्धी, संतुष्टी, विश्वास अशा दिव्य गुणांशी युक्ती *साधं, सरळ पण शक्तिशाली जीवन जगता येतं *प्रत्येक समस्येचं निराकरण करण्याची कला प्राप्त होते *'प्रत्येक क्षणी वर्तमानात जगणं' हा तुमचा स्वभाव बनतो * आपल्यातील सर्व सकारात्मक शक्यता खुलतात *याच जीवनात मोक्षप्राप्ती होते

महाआसमानी परमज्ञान शिबिरात सहभागी कसं व्हाल? या शिबिरात सहभागी होण्यासाठी तुम्हाला खालील बाबींची पूर्तता करायची आहे- १) तुमचं वय कमीत कमी अठरा किंवा त्यापेक्षा अधिक असायला हवं. २) सर्वप्रथम तुम्हाला 'सत्य-स्थापना' (फाउंडेशन ट्रुथ रिट्रीट) शिबिरात सहभागी व्हावं लागेल. या शिबिरात, तुम्ही प्रामुख्यानं दोन बाबी शिकाल- प्रत्येक क्षणी वर्तमानात जगण्याची कला कशी आत्मसात करावी आणि निर्विचार अवस्था कशी प्राप्त करावी. ३) प्राथमिक स्तरावर तुम्हाला काही प्रवचनं ऐकायची असून, त्यांतून तुम्ही मूलभूत समज आत्मसात कराल आणि महाआसमानी शिबिरात प्रवेश करण्यासाठी तयार व्हाल.

हे शिबिर साधारणपणे एक-दोन महिन्यांच्या अंतराने आयोजित करण्यात येतं. यात हजारो सत्यशोधक सहभागी होतात. या शिबिराची तयारी दोन पद्धतींनी करू शकता. पहिली पद्धत- मनन आश्रम, पुणे येथे ५ दिवसीय शिबिरात भाग घेऊ शकता. दुसरी पद्धत- तेजज्ञान फाउंडेशनच्या जवळच्या सेंटरवर जाऊन सत्यश्रवणाद्वारेही करू शकता. महाराष्ट्रात अहमदनगर, सातारा, औरंगाबाद, नाशिक, नागपूर, वर्धा, अमरावती, चंद्रपूर, यवतमाळ, कोल्हापूर, सांगली, रत्नागिरी, लातूर, बीड, नांदेड, परभणी, पनवेल, मुंबई, ठाणे, सोलापूर, पंढरपूर, जळगाव, अकोला, बुलढाणा, धुळे, भुसावळ आणि महाराष्ट्राबाहेर सुरत, अहमदाबाद, बडोदा, नवी दिल्ली, बेंगलुरू, बेळगाव, धारवाड, रायपूर, भुवनेश्वर, कोलकाता, रांची, लखनौ, कानपूर, चंदीगढ, जयपूर, चेन्नई, पणजी, म्हापसा, भोपाळ, इंदोर, इटारसी, हर्दा, विदिशा, बुऱ्हाणपूर या ठिकाणी महाआसमानी शिबिराची पूर्वतयारी करू शकता.

तेजज्ञान फाउंडेशनमध्ये उपलब्ध असणाऱ्या सरश्रीलिखित पुस्तकांचं वाचन करून

तुम्ही या शिबिराची पूर्वतयारी करू शकता. याशिवाय, तुम्ही रेडिओ किंवा यू ट्युबवरील सरश्रींच्या प्रवचनांचा लाभही घेऊ शकता. पण लक्षात घ्या, पुस्तकांतील ज्ञान, रेडिओ आणि यू ट्युबवरील प्रवचनं म्हणजे 'तेजज्ञानाची तोंडओळख' आहे; 'संपूर्ण तेजज्ञान' मुळीच नाही. तुम्ही महाआसमानी शिबिरात सहभागी होऊनच तेजज्ञानाचा आनंद घेऊ शकता. तेव्हा आगामी महाआसमानी शिबिरात सहभागी होण्यासाठी आजच संपर्क करा- 09921008060/75, 9011013208

महाआसमानी परमज्ञान शिबिरस्थान : हे शिबिर पुण्यातील मनन आश्रम येथे आयोजित केलं जातं. येथे तुमच्या निवासाची आणि भोजनाची व्यवस्था केली जाते. तुम्हाला काही शारीरिक व्याधी असतील आणि त्यासाठी जर तुम्ही नियमितपणे औषधं घेत असाल, तर शिबिरात येताना ती सोबत बाळगावीत. शिवाय, वातावरणानुसार गरम कपडे, स्वेटर, ब्लँकेटही आणावं.

पुणे शहरापासून १७ किलोमीटर अंतरावर अत्यंत निसर्गरम्य परिसरात मनन आश्रम वसलेला आहे. आश्रमात महिला आणि पुरुष यांच्या निवासाची स्वतंत्र व्यवस्था असून येथे जवळपास ८०० लोकांच्या राहण्याची व्यवस्था आहे. आपण हवाईमार्ग, हायवे किंवा रेल्वे अशा कोणत्याही मार्गाने पुण्यात येऊ शकता.

मनन आश्रम : मनन आश्रम, पुणे, सर्व्हे नं. ४३, सणस नगर, नांदोशी गाव, किरकटवाडी फाटा, तालुका- हवेली, जिल्हा-पुणे-४११०२४. फोन : 09921008060

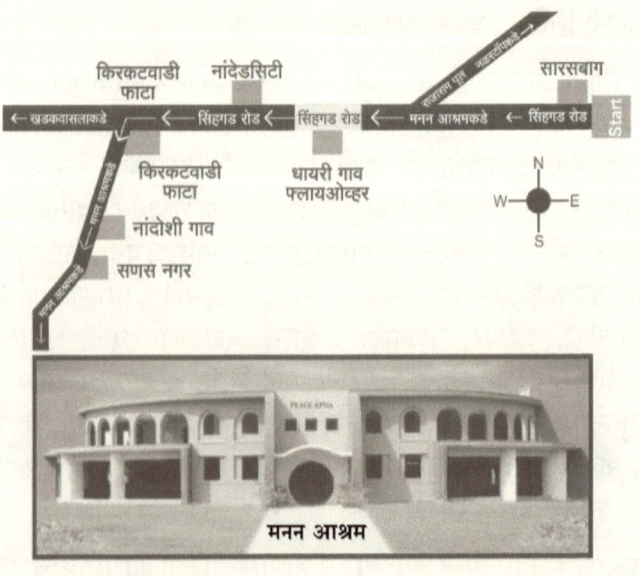

मनन आश्रम

तेजज्ञान इंटरनेट रेडिओ

तेजज्ञान इंटरनेट रेडिओद्वारे २४ तास ३६५ दिवस, सरश्रींच्या प्रवचन आणि भजनांचा लाभ घ्या. त्यासाठी पाहा लिंक -
http://www.tejgyan.org internetradio.aspx

विविध भारती F.M. वर दर रविवारी सकाळी १०:०५ ते १०:१५ वा.

नोट : या कार्यक्रमांच्या वेळेत बदल झाल्यास नोंद ठेवावी.

www.youtube.com/tejgyan च्या साहाय्यानेदेखील सरश्रींच्या प्रवचनांचा लाभ घेऊ शकता.
For online shoping visit us - www.tejgyan.org, www.gethappythoughts.org

---

आपणास हवी असलेली पुस्तकं घरपोच मिळण्यासाठी मनीऑर्डर पाठवा. ही पुस्तकं आमच्या खर्चाने रजिस्टर्ड पोस्ट, कुरिअर आणि व्ही.पी.पी.द्वारे पाठवली जातील. त्यासाठी खालील पत्त्यावर संपर्क साधावा.

वॉव पब्लिशिंग्ज् प्रा. लि.

*रजिस्टर्ड ऑफिस : E- 4, वैभव नगर, तपोवनमंदिराजवळ, पिंपरी, पुणे -४११०१७

* पोस्ट बॉक्स नं. ३६, पिंपरी कॉलनी, पोस्ट ऑफिस, पिंपरी-पुणे - ४११०१७

फोन नं. : 09011013210 / 9623457873

आपण पुस्तकांची ऑर्डर ऑनलाईनही देऊ शकता.

लॉग इन करा - www.gethappythoughts.org

५०० रुपयांहून अधिक किमतीची पुस्तकं मागवल्यास १०% सूट मिळेल आणि डिलिव्हरी फ्री.

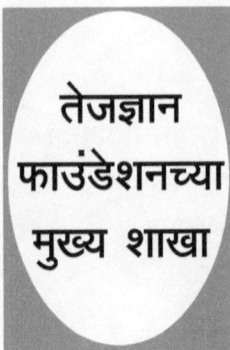

तेजज्ञान फाउंडेशनच्या मुख्य शाखा

- पुणे : (रजिस्टर्ड ऑफिस)
  विक्रांत कॉम्प्लेक्स, तपोवन मंदिराजवळ,
  पिंपरी, पुणे : 411 017.
  फोन : (020) 27412576, 27411240

- मनन आश्रम :
  सर्व्हे नं. ४३, सणस नगर, नांदोशी गांव,
  किरकटवाडी फाटा, तालुका : हवेली,
  जि. पुणे: 411 024. फोन : 09921008060

e-books

The Source • Complete Meditation • Ultimate Purpose of Success • Enlightenment • Inner Magic • Celebrating Relationships • Essence of Devotion • Master of Siddhartha • Self Encounter and many more.
Also available in Hindi at gethappythoughts.org

Free apps

U R Meditation & Tejgyan Internet Radio on all platforms like Android, iPhone, iPad and Amazon

e-magazines

'Yogya Aarogya' & 'Drushtilakshya'
emagazines available on www.magzter.com

e-mail

mail@tejgyan.com

Website
www.tejgyan.org, www.gethappythoughts.org

✳ नम्र निवेदन ✳

विश्वशांतीसाठी लाखो लोक दररोज सकाळी
आणि रात्री ९:०९ मिनिटांनी प्रार्थना करत आहेत.
कृपया, आपणही यामध्ये सहभागी व्हा.

www.ingramcontent.com/pod-product-compliance
Lightning Source LLC
LaVergne TN
LVHW040147080526
838202LV00042B/3056
* 9 7 8 8 1 8 4 1 5 5 8 0 8 *